തെരഞ്ഞെടുത്ത പട്ടാന്നൂർ കവിതകൾ

therenjedutha pattanoor kavithakal
poems
•
kunjappa pattanoor
•
first edition
january 2020
•
typesetting
star communications, thiruvananthapuram
•
published
chintha publishers, thiruvananthapuram
•

•
cover
vinod mangoes
•

Distribution

DESHABHIMANI BOOK HOUSE
H O Thiruvananthapuram 695035
phone: 0471-2303026, 6063026
Email: chinthapublishers@gmail.com
Website: www.chinthapublishers.com

Branch

Head Office Kunnukuzhi • Statue Thiruvananthapuram • KSRTC Bus Station Alappuzha • KSRTC Bus Station Ernakulam • Machingal Lane Thrissur • IG Road Kozhikode • Mavoor Road Kozhikode • NGO Union Building Kannur • Central Bus Terminal Complex Thavakkara Kannur

CO - 2905 / 5199
ISBN - 978-93-89410-64-8

തെരഞ്ഞെടുത്ത പട്ടാന്നൂർ കവിതകൾ

കുഞ്ഞപ്പ പട്ടാന്നൂർ

ചിന്ത പബ്ലിഷേഴ്സ്
തിരുവനന്തപുരം-695 035

കുഞ്ഞപ്പ പട്ടാന്നൂർ

1947 ജൂൺ 1 ന് കണ്ണൂർ ജില്ലയിലെ പട്ടാന്നൂർ ഗ്രാമത്തിൽ ജനനം. അമ്മ : കാരായി പൈതൽ, അച്ഛൻ : കൊട്ടേക്കണ്ടി കുഞ്ഞമ്പു. പട്ടാന്നൂർ യു പി സ്കൂൾ, ഇരിക്കൂർ ഗവ. ഹൈസ്കൂൾ, മട്ടന്നൂർ പഴശ്ശിരാജ കോളേജ്, തലശ്ശേരി ബ്രണ്ണൻ കോളേജ് എന്നിവിടങ്ങളിൽ വിദ്യാഭ്യാസം.

1971 ൽ ഇംഗ്ലീഷ് ഭാഷയിലും സാഹിത്യത്തിലും ബിരുദമെടുത്തു. 1973 ൽ തിരുവനന്തപുരത്തേക്ക് ജോലി തേടിയുള്ള യാത്ര. രണ്ടുവർഷ ക്കാലം തലസ്ഥാനത്ത് പ്രവാസജീവിതം. ആദ്യത്തെ ഒരു വർഷം വെള്ളനാട് മിത്രനികേതൻ ഹൈസ്കൂളിൽ അദ്ധ്യാപകൻ. പിന്നീടുള്ള ഒരുവർഷം തിരുവനന്തപുരം നഗരത്തിലും പരിസരപ്രദേശങ്ങളിലുമുള്ള വിവിധ ട്യൂട്ടോറിയൽ കോളേജുകളിൽ അദ്ധ്യാപനമെന്ന അതിജീവിതം.

1975 മെയ് മാസം കേരള സ്റ്റേറ്റ് ഇലക്ട്രിസിറ്റി ബോർഡിൽ ക്യാഷ്യറായി നിയമനം കിട്ടി വയനാട്ടിലെത്തുന്നു. 2002 ൽ സൂപ്രണ്ട് തസ്തികയിൽനിന്ന് പെൻഷൻപറ്റി പിരിഞ്ഞു. പുരോഗമന സാഹിത്യ പ്രവർത്തനങ്ങളിലും സാംസ്കാരിക രാഷ്ട്രീയത്തിലും നിരന്തരം ഇടപെട്ട് പ്രവർത്തിച്ചിട്ടുണ്ട്. *ദേശാഭിമാനി* സ്റ്റഡിസർക്കിൾ, പുരോഗമന കലാസാഹിത്യസംഘം എന്നീ സാംസ്കാരിക സംഘടനകളിൽ സംസ്ഥാന സമിതിയംഗമായിരുന്നു.

കൃതികൾ

കാവ്യ സമാഹാരങ്ങൾ: *മുകുള ഗീതം, അമർഷങ്ങൾ, തടവറയിൽ ഒരു സംഘഗാനം, കുഞ്ഞപ്പ പട്ടാന്നൂരിന്റെ കവിതകൾ, എ കെ ജി അറ ഫാത്ത്, സൈമൺ ബ്രിട്ടോ, നാലാം യാമത്തിലെ യാത്രക്കാരായ നമ്മൾ, തേജസ്വിനി, നീ സാക്ഷി!, നർമ്മദയ്ക്ക് ഒരു പാട്ട്, വയലുകൾ, ഉദയ പർവ്വതം ഒരു രൂപകം, തെരഞ്ഞെടുത്ത കവിതകൾ, സ്ത്രീപക്ഷ കവിതകൾ, ബാഗ്ദാദ്, മഴകൾ പുഴകൾ, 100 കവിതകൾ, ചില നേരങ്ങളിൽ ആരും ഒറ്റയ്ക്കല്ല, നന്ദി, ഗ്രാമങ്ങളേ!, കാര്യങ്ങൾ ഇപ്പോൾ തെരുവിലാണ്, ആട്ടിൻകുട്ടികളുടെ അറിവിലേക്ക് ചില കാര്യങ്ങൾ, കവിത കുഞ്ഞപ്പ പട്ടാന്നൂർ –5 വോള്യം*

ഗാന സമാഹാരം: *വിപ്ലവഗാനങ്ങൾ*, **ഗദ്യ സമാഹാരം:** *സ്വാതന്ത്ര്യ ബോധത്തിന്റെ മഹാധിക്കാരം പോലെ, വർഗ്ഗഭാവുകത്വം*, **കാവ്യ നാടകങ്ങൾ:** *ചരിത്രഗാഥ, തലമുറകൾ*

ഭാര്യ : ശ്രീമതി ഇ ശൈലജ
മക്കൾ : സൂര്യ, സൂന, സിതാര
പേരക്കുട്ടികൾ: ജീവേന്ദു, നികേത്, ജ്വലിത്
വിലാസം : 'കവിത', ചേലോറ, പി ഒ വാരം, കണ്ണൂർ 670 594
ഫോൺ : 0497–2721930, 9446844669

ഉള്ളടക്കം

പ്രസാധകക്കുറിപ്പ് 7
കവിതയുടെ കീഴാള പ്രതിരോധങ്ങൾ 9
ജി ബി മോഹൻ തമ്പി
ഭൂമിയിലെ വാസത്തിന്റെ പാട്ടുകാരാ! 23
പ്രണയത്തിന്റെ പുതിയ ഗീതം 27
തിരുവനന്തപുരം–74 30
എന്റെ ഗ്രാമം, ഗ്രാമങ്ങൾ 33
പ്രവാസത്തിന്റെ അവസാനത്തിൽ 37
സ്നേഹലതാ റെഡ്ഡി 40
കാവുമ്പായി 42
പലസ്തീൻ 45
പാട്ടുകളും പൂക്കളവും 48
നാളെയുടെ പുത്രാ! 50
മഴ 52
കബനീനദി ചുവന്നപ്പോൾ 54
തിരിച്ചു വരവിന്റെ സംഗീതം 57
ഇടവപ്പാതി 62
കരയാനറിയാത്ത ഞങ്ങൾ 66
നാലാം യാമത്തിലെ യാത്രക്കാരായ നമ്മൾ 70
പുഴയിൽ കുളിക്കുന്ന കുട്ടികളെപ്പറ്റി 78
അവസാനത്തെ പ്രണയകവിത 80
ചാലിയാർ 83

ഇരയായി മാറിപ്പോയ നിന്നെപ്പറ്റി 87
കവിതയുടെ മാനിഫെസ്റ്റോ 90
ഏകലവ്യൻ 92
ദുഃസ്വപ്നങ്ങളുടെ രാത്രികൾ 95
എ കെ ജി
(ഒരു വടക്കൻപാട്ട്) 97
സ്പാർട്ടക്കസ് 100
സൈമൺ ബ്രിട്ടോ 104
ഇക്കൊടും വർത്തമാനത്തിനു
സാക്ഷിയായ് നില്ക്കുന്നൊരമ്മേ! 107
നാദിറ പറയുന്നു... 110
തേജസ്വിനി, നീ സാക്ഷി! 114
സഫലജീവിതത്തിന് സമർപ്പിക്കപ്പെടുന്ന
ഒരു സ്നേഹഗീതം (കക്കാടിന്) 120
മയക്കോവ്സ്കിയോട് 123
സഫ്ദർ, ഇവിടെ നീ അവസാനിക്കുന്നില്ല! 125
സംഘമിത്രയുമായി ഒരു സൗഹൃദഭാഷണം 128
പെറ്റിബൂർഷാ സുഹൃത്തിന് ഒരു തുറന്ന കത്ത് 131
അമ്മയ്ക്ക് അവസാന കവിത 135
ഒരു ഗ്രാമജീവിത പുരാവൃത്തം 138
നിള ഇന്നു നിളയല്ല 141
യാസർ അറഫാത്തിന് ഒരു യാത്രാമംഗളം 144
സീതയുടെ പൊറുതികൾ 147
ഒരു കവിയുടെ ഇന്ത്യൻ അവസ്ഥ 149
വേലിപ്പുറത്തേറി നില്ക്കുന്നവർ 154
'നേരമിതു നേരിന്റെ നേരമല്ല' ഒരു കവിയുടെ
ജീവിതവർത്തമാനങ്ങൾ 157
എം പി ബാലറാം

പ്രസാധകക്കുറിപ്പ്

കുഞ്ഞപ്പ പട്ടാന്നൂർ പറയുന്നു;

'കീഴാളനൊപ്പം നില്ക്കാൻ
കീപ്പോട്ടുവന്നവർ
ഓരോരുത്തരോരോരുത്തരായി
ഊഴമിട്ടെന്നോണം
മേലോട്ടു പോകുന്നു.
കോയ്മകളോടു കലഹിച്ചുകൊണ്ട്
കനൽവഴികൾ താണ്ടിവന്നവർ
ഓരോരുത്തരോരോരുത്തരായി
കോയ്മകളുടെ വിരുന്നുശാലകളിലേക്കു
വിഭൂതിതേടിപ്പോകുന്നു.
ഇടമില്ലാത്തോർക്കു ഇടംതേടി
ഇടത്തോട്ടു സഞ്ചരിച്ചവർ
വലംകാലുവെച്ച് വലംപിരിഞ്ഞ്
വലത്തോട്ടുപോയ് വലയിൽ കുരുങ്ങുന്നു.
എന്നാലിപ്പോഴും നെരിപ്പോടുകളിൽ
കഞ്ഞിവേവിക്കുന്ന കന്യകമാരുണ്ടീഗ്രാമത്തിൽ...!
നൊമ്പരങ്ങളിൽ താരാട്ടുപാടുന്ന
അമ്മമാരുണ്ടീഗ്രാമത്തിൽ...'

കവിയുടെ പ്രതീക്ഷ ഞങ്ങൾ വായനക്കാരുടെ മുന്നിൽ സമർപ്പിക്കുന്നു.

ചിന്ത പബ്ലിഷേഴ്സ്

കവിതയുടെ കീഴാള പ്രതിരോധങ്ങൾ

ജി ബി മോഹൻ തമ്പി

നവ്യവിമർശനത്തിന്റെ ആചാര്യന്മാർ കവിതയെ അതിന്റെ ചരിത്ര സന്ദർഭത്തിൽനിന്നും അടർത്തിയെടുത്ത് കവിയുടെ ഉദ്ദേശ്യവും വായനക്കാരന്റെ അനുഭൂതിയും കാവ്യ വിമർശനത്തിൽ അപ്രസക്തമാണെന്നു സ്ഥാപിച്ചിരുന്നു. കവിതയുടെ ഘടന, അതിന്റെ ബിംബസംയോജനം, ധ്വനിസാന്ദ്രത, താളലയങ്ങൾ മുതലായ 'വസ്തുനിഷ്ഠ' ഘടകങ്ങളെ വിശകലനം ചെയ്യുകയാണ് വിമർശനമെന്നു അവർ ശഠിച്ചിരുന്നു. ടി എസ് എലിയറ്റ്, ഐ എ റിച്ചാർഡ്സ് എന്നീ ഇംഗ്ലീഷ് വിമർശകരുടെ ആശയങ്ങളും ക്ലിയാൻത് ബ്രൂക്സ്, വിംസാട്ട്, അലൻ ടെയ്റ്റ്, ബ്ലാക്മർ, റാൻസം മുതലായവരുടെ പഠനങ്ങളും ബ്രിട്ടീഷ് അമേരിക്കൻ സർവ്വകലാശാലകളിലെ കാവ്യ പഠനത്തിൽ ശക്തിയായ സ്വാധീനത ചെലുത്തിയിരുന്നു.

കഴിഞ്ഞ നൂറ്റാണ്ടിലെ അറുപതുകളായപ്പോഴേക്കും നവ്യവിമർശനത്തിന്റെ പരിമിതികൾ വിമർശകരുടെയും സാഹിത്യവിദ്യാർത്ഥികളുടെയും ചർച്ചയ്ക്കു വിഷയമായി. പത്തൊൻപതാം നൂറ്റാണ്ടിൽത്തന്നെ മാർക്സിന്റെയും എംഗത്സിന്റെയും സാഹിത്യകലാപരാമർശങ്ങൾ അവയ്ക്കു സമ്പൂർണ്ണ സൗന്ദര്യശാസ്ത്രത്തിന്റെ രൂപഘടന ലഭിച്ചിരുന്നില്ലെങ്കിലും മേല്പ്പുരയുടെ ഭാഗമായ കലാസാഹിത്യകൃതികളെ എങ്ങനെ അടിത്തറയായ ഉല്പാദന ബന്ധങ്ങൾ സ്വാധീനിക്കുന്നു എന്നു പഠിക്കേണ്ടതിന്റെ ആവശ്യം വ്യക്തമാക്കിയിരുന്നു. ലൂക്കാച്ച്, ബ്രഹ്റ്റ്, ലൂനാചാർസ്കി, ലെനിൻ, ഗോർക്കി, ലോർക്ക, നെരൂദ, മക്ഡിയാർമെഡ്, ലൂസൂൺ മുതലായ കവികളും സാഹിത്യ വിമർശകരും സാഹിത്യ പഠനത്തിന് ഒരു പുതിയ മാനം നല്കുകയുണ്ടായി. കവിതയുടെ അർത്ഥം കവിയുടെ ഉദ്ദേശ്യവുമായി ബന്ധമില്ല എന്നും വായനക്കാരുടെ മനസ്സി

ലുണ്ടാകുന്ന ഭാവപരിണാമങ്ങൾക്ക് കവിതയുടെ ഗുണമേന്മയുമായി ഒരു ബന്ധവുമില്ല എന്നും ഉള്ള ആശയം പുറന്തള്ളപ്പെട്ടു.

പത്തൊൻപതാം നൂറ്റാണ്ടിലെ ഇംഗ്ലീഷ് റൊമാന്റിക് കവികളിൽ വില്യം ബ്ലേക്കും പെഴ്സിബിഷ് ഷെല്ലിയും തങ്ങളുടെ വിപ്ലവകരമായ പ്രപഞ്ച വീക്ഷണത്തിനും കവിതയ്ക്കും തമ്മിലുള്ള അഭേദ്യമായ ബന്ധം വ്യക്തമാക്കിയവരായിരുന്നു. ഫ്രഞ്ചുവിപ്ലവത്തിന്റെ അടിസ്ഥാനാദർശങ്ങളിൽ അവർക്കു അചഞ്ചലമായ വിശ്വാസമുണ്ടായിരുന്നു. സമൂഹത്തിലെ അസമത്വങ്ങളും ചൂഷണവും മർദ്ദനവും ജനകീയ സമരങ്ങളിൽക്കൂടി അവസാനിപ്പിക്കാൻ കഴിയുമെന്ന അവരുടെ വിശ്വാസം കവിതകളിൽ കൂടിയും ഗദ്യലേഖനങ്ങളിൽക്കൂടിയും അവർ പ്രചരിപ്പിച്ചു. കവിത വേറെ, രാഷ്ട്രീയം വേറെ എന്ന വിശ്വാസം ഷെല്ലിക്കു ഉണ്ടായിരുന്നില്ല. 'പടിഞ്ഞാറൻ കാറ്റിനു ഒരു ഗീതകം' എന്ന അദ്ദേഹത്തിന്റെ വിശ്വവിഖ്യാതമായ കവിതയിൽ ഈ വസ്തുത അദ്ദേഹം വ്യക്തമാക്കിയിട്ടുണ്ട്. പടിഞ്ഞാറൻ കൊടുങ്കാറ്റ് ഒരേ സമയം തകർച്ചയുടെയും പുതുനാമ്പുകളുടെ വളർച്ചയുടെയും പ്രതീകമാണ്. അനീതിയുടെയും അസമത്വത്തിന്റെയും ആധിപത്യത്തിന്റെയും ജീർണ്ണ സ്ഥാപനങ്ങൾ കടപുഴകി നശിച്ചിട്ടു വേണമല്ലോ സാഹോദര്യത്തിന്റെയും മാനവികതയുടെയും നവലോകം കെട്ടിപ്പടുക്കാൻ. പടിഞ്ഞാറൻ കാറ്റിനെ വിപ്ലവകരമായ സാമൂഹ്യപരിവർത്തനത്തിന്റെ പ്രതീകമാക്കിയിട്ടുണ്ട് കവി. അതിനോടു സാത്മ്യം പ്രാപിക്കാൻ കവിക്കു ഉൽക്കടമായ ആവേശമുണ്ട്. കൊടുങ്കാറ്റിന്റെ ശക്തി തന്റെ കവിതയിൽക്കൂടി പ്രകടമാകട്ടെ എന്നാണ് അദ്ദേഹത്തിന്റെ ആഗ്രഹം. അതിന്റെ പ്രവചനങ്ങൾ തന്റെ കവിതയാകുന്ന കാഹളത്തിൽക്കൂടി മുഴങ്ങട്ടെ എന്നാണ് അദ്ദേഹത്തിന്റെ അഭിലാഷം.

ഇരുപതാം നൂറ്റാണ്ടിൽ നെരൂദയും സമാനമായ ആശയം ആവിഷ്കരിക്കുന്നുണ്ട്. കവിത ദരിദ്രർക്കും നിരക്ഷരർക്കുംവേണ്ടി ശബ്ദമുയർത്തും. അവരിൽനിന്നും അപഹരിക്കപ്പെട്ട അദ്ധ്വാനം അവർക്കുവേണ്ടിത്തന്നെ ഉപയോഗിക്കപ്പെടും എന്ന് അദ്ദേഹത്തിനു നിശ്ചയമുണ്ടായിരുന്നു. കവിതയോടു അദ്ദേഹം അഭ്യർത്ഥിക്കുന്നു: "എന്നിൽ പ്രവേശിച്ചു എന്റെ ധമനികളിൽ ഒഴുകുക; എന്റെ ഭാഷണത്തിൽക്കൂടി മുഴങ്ങുക; എന്റെ രക്തത്തിൽക്കൂടി ചൊല്ലുക."

ഈ വിപ്ലവപാരമ്പര്യം സ്വാംശീകരിച്ചിട്ടുള്ള കവിയാണ് കുഞ്ഞപ്പ പട്ടാന്നൂർ. രാഷ്ട്രീയം വേറെ, കവിത വേറെ എന്ന വിശ്വാസം അദ്ദേഹത്തിനുമില്ല. തന്റെ സർഗ്ഗപരതയുടെ സ്രോതസ്സു വ്യക്തമാക്കിക്കൊണ്ടു അദ്ദേഹം പറയുന്നതു ശ്രദ്ധിക്കുക: "രാഷ്ട്രീയാനുഭവങ്ങൾ വൈകാരികാനുഭവങ്ങളായി പരിണമിക്കുമ്പോൾ മാത്രമാണ് എന്നെ സംബന്ധിച്ച് ഒരു കവിത സാദ്ധ്യമാവുന്നത്. കവിത ഒരു രാഷ്ട്രീയ പ്രതിരോധ ശക്തിയായിത്തീരുന്ന പ്രക്രിയ പലരും കരുതുന്നതുപോലെ ഒട്ടും ലളിതമായ

ഒന്നല്ല. സ്വാനുഭവങ്ങളെയും രാഷ്ട്രീയാനുഭവങ്ങളെയും വേർതിരിച്ചു രണ്ടായി കാണാനുള്ള കാപട്യം എനിക്കു ചിന്തിക്കാൻപോലും കഴിയില്ല. മൂർത്തമായ രാഷ്ട്രീയം രക്തത്തിൽ അലിഞ്ഞു കവിതയായിത്തീരുകയാണ്. വർഗ്ഗബോധവും അതിന്റെ സാഹോദര്യവും എന്റെ വെറും വിശ്വാസമായി നിലകൊണ്ടാൽപ്പോര, അതു കവിതയുടെതന്നെ ബോദ്ധ്യമായിത്തീരണമെന്നാണ് ഇതിനർത്ഥം. കവിതയ്ക്ക് വേണ്ടത് അടിസ്ഥാനപരമായ ഈ രാഷ്ട്രീയ ബോദ്ധ്യമാണ് എന്നു പറയാം." (*വർഗ്ഗഭാവുകത്വം*, 93,94) നവോത്ഥാനവും സ്വാതന്ത്ര്യസമരവും തൊഴിലാളിവർഗ്ഗപ്രസ്ഥാനവും കേരളത്തിന്റെ ഭാവുകത്വപരിണാമത്തിൽ അതിന്റേതായ മുദ്രകൾ പതിപ്പിച്ചിട്ടുണ്ട്. തൊഴിലാളിവർഗ്ഗത്തിന്റെ സമരോത്സുകതയുടെ ഫലമായി സാഹിത്യത്തിന്റെ കേന്ദ്രപ്രമേയമായി പുരോഗമനമൂല്യങ്ങൾ സ്വീകാര്യമായിരുന്നു. കേരള ജനതയുടെ പൊതുസാംസ്കാരിക ഭാവുകത്വം വിപ്ലവാഭിമുഖ്യമുള്ളതാണെന്ന ധാരണ ഇന്ത്യയിലാകെ പരന്നിരുന്നു.

പക്ഷേ, ഇന്നു ഇടതുപക്ഷ രാഷ്ട്രീയത്തിന് ഗണ്യമായ പൊതുജനപിന്തുണയുണ്ടെങ്കിലും അതിന്റെ മൗലികസ്വഭാവത്തിൽ അനഭികാമ്യമായ മാറ്റങ്ങൾ വന്നിരിക്കുന്നു. ബംഗാളിൽ മാത്രമല്ല മിക്കവാറും എല്ലാ സംസ്ഥാനങ്ങളിലും പണ്ടുണ്ടായിരുന്ന ജനസ്വാധീനം നഷ്ടപ്പെട്ടുകൊണ്ടിരിക്കുന്നു. ഇതെങ്ങനെ സംഭവിച്ചു എന്നു ആഴത്തിൽ ചിന്തിക്കാനും മനസ്സിലാക്കാനുമുള്ള കഴിവുപോലും നേതൃത്വത്തിന് നഷ്ടപ്പെട്ടിരിക്കുന്നു. നവഉദാരവാദത്തിനു ഫലപ്രദമായ ഒരു ബദൽ ഭരണസംവിധാനം സൃഷ്ടിച്ചു മറ്റു സംസ്ഥാനങ്ങളിലെ ഇടതുപക്ഷത്തിനു പുതുജീവൻ നല്കാൻ കേരളത്തിലെ ഇടതുപക്ഷത്തിനും കഴിയുന്നില്ല. തിരഞ്ഞെടുപ്പിൽ ജയിക്കലും പണം പിരിക്കലും മാത്രമായി രാഷ്ട്രീയപ്രവർത്തനം ചുരുങ്ങുകയും സോഷ്യലിസത്തിലേക്കുള്ള സമരമാർഗ്ഗത്തിൽ മുന്നോട്ടുപോകാനുള്ള ആശയപരവും സാംസ്കാരികവുമായ നേതൃത്വം നല്കുകയാണ് എന്ന കടമ മറക്കുകയും ചെയ്യുമ്പോൾ ഇതിൽക്കൂടുതൽ എന്തു പ്രതീക്ഷിക്കാനാണ്?

ഈ സന്ദർഭത്തിൽ, വിപ്ലവവീര്യം ചോർന്നുപോകുന്ന എല്ലാ പ്രവണതകൾക്കുമെതിരായി പ്രതിരോധനിര കെട്ടിപ്പടുക്കണമെന്നു കുഞ്ഞപ്പ പട്ടാന്നൂർ ആഗ്രഹിക്കുന്നു. പക്ഷേ, അത്തരമൊരു പ്രതിരോധം സാഹിത്യത്തിൽ മാത്രം ഉണ്ടാകാൻ പ്രയാസമാണ്. ബഹുജനങ്ങളുടെ സമരവീര്യമാണല്ലോ കവിയുടെ വാക്കുകളിൽക്കൂടി ആവിഷ്കൃതമാകുന്നത്. ബഹുജനങ്ങൾക്കു നേതൃത്വം കൊടുത്ത് അവരുടെ സമരവീര്യത്തിന് ഉത്തേജനം നല്കേണ്ട സംഘടനകൾതന്നെ വ്യവസ്ഥയുമായി സന്ധിചെയ്യുന്നതായാണ് നാം കാണുന്നത്. ഇതിനെക്കുറിച്ചു കുഞ്ഞപ്പ പട്ടാന്നൂർ ബോദ്ധ്യവാനാണ്. 'വിമോചനസമര'കാലത്തെ കമ്യൂണിസ്റ്റ് വിരുദ്ധ

രാഷ്ട്രീയത്തിനു മാരകമായ ആഘാതം ഏല്പിക്കാൻ ഇടതുപക്ഷത്തിന് ഇതുവരെ കഴിഞ്ഞിട്ടില്ലെന്നും അധിനിവേശ ശക്തികളും നവഉദാരവാദികളും ഇടതുപക്ഷ രാഷ്ട്രീയ-സാഹിത്യ-സാംസ്കാരിക മേഖലകളിൽ നിർണ്ണായക സ്വാധീനം ചെലുത്തുന്നുവെന്നും അദ്ദേഹം കാണുന്നു. (*വർഗ്ഗഭാവുകത്വം*-100)

അധിനിവേശത്തിന്റെയും നിയോലിബറൽ ജീർണ്ണതയുടെയും നുഴഞ്ഞുകയറ്റത്തിനെതിരെ ആദ്യം മുതൽ ഏകാഗ്രതയോടെ, പ്രത്യയശാസ്ത്രപരമായ വ്യതിചലനങ്ങളില്ലാതെ, വിപ്ലവത്തോടുള്ള പ്രതിബദ്ധത സ്വന്തം കവിതയിലും ലേഖനങ്ങളിലും പുലർത്തിയിട്ടുള്ള കവിയാണ് കുഞ്ഞപ്പ പട്ടാന്നൂർ. സോഷ്യലിസം അതിന്റെ ജയപരാജയങ്ങളിൽക്കൂടി, നന്മതിന്മകളിൽക്കൂടി, ശരിതെറ്റുകളിൽക്കൂടി ഇപ്പോഴും ഒരാദർശമാണ്. സോഷ്യലിസത്തെക്കുറിച്ചു പല വ്യാഖ്യാനങ്ങൾ ഉണ്ടെങ്കിലും മുതലാളിത്ത സമൂഹത്തിലെ വർഗ്ഗചൂഷണം ഇല്ലാത്ത, സ്വകാര്യ സ്വത്തുടമാവകാശം ഇല്ലാത്ത സമൂഹമാണ് അത് എന്ന കാര്യത്തിൽ ആർക്കും സംശയം ഉണ്ടാകേണ്ടതില്ല. മുതലാളിത്ത സമൂഹത്തിലെ ചൂഷണ വ്യവസ്ഥയുടെ ഫലമായി മനുഷ്യൻ അന്യവല്ക്കരിക്കപ്പെടുന്നു എന്നും അവന്റെ സ്വതന്ത്രമായ സർഗ്ഗാത്മകത ആവിഷ്കൃതമാകാൻ അവസരം ലഭിക്കുന്നില്ല എന്നും ചൂഷണങ്ങളും കീഴ്പ്പെടുത്തലുകളും അവസാനിച്ചാൽ മാത്രമേ മനുഷ്യന് അവന്റെ സ്വതന്ത്ര മാനവസത്ത പ്രകാശിപ്പിക്കാൻ കഴിയൂ എന്നും മാർക്സ് സിദ്ധാന്തിച്ചു. ഈ അർത്ഥത്തിൽ കമ്യൂണിസം പൂർണ്ണമായ ഹ്യൂമനിസമാണ് എന്നും അദ്ദേഹം പറഞ്ഞുവച്ചു. വിപ്ലവത്തിനു മുമ്പായാലും അതിനുശേഷമായാലും ഹ്യൂമനിസത്തിനു നിരക്കാത്ത ഒരു കാര്യവും കമ്യൂണിസത്തിനു സ്വീകാര്യമാവില്ല എന്നു ഇതിൽനിന്നും വ്യക്തമാകുന്നു.

കവികർമ്മത്തിന്റെ ലക്ഷ്യം എന്തായിരിക്കണമെന്നു പട്ടാന്നൂരിന് വ്യക്തമായ ധാരണയുണ്ട്. സ്വന്തം സ്വത്വബോധത്തിന്റെ സ്ഫുരണമായി ആത്മകഥനത്തിന്റെ രൂപത്തിൽത്തന്നെ അവ എഴുതിയിരിക്കുന്നു. 'കവിതയുടെ മാനിഫെസ്റ്റോ' ഒരു ഉദാഹരണം മാത്രം:

"ആരാണിന്നു കവി?
നീതിയുടെ സിരമുറിയുമ്പോൾ
നിലവിളി നെഞ്ചിലുടക്കി
പൊരുതി നില്ക്കുന്നവനാണ് കവി.
ഇരുട്ടുകൾ ചുരമാന്തി ചുരമിറങ്ങുമ്പോൾ
അക്ഷരങ്ങളിൽ വാളോങ്ങി കാവൽ നില്ക്കു-
ന്നവനാണ് കവി...
എന്താണിന്നു കവിത....
പ്രതികാരത്തിനായ് ഉറഞ്ഞൊരുങ്ങുന്ന

കണ്ണകിയുടെ ചിലമ്പാണിന്ന് കവിത
ചരിത്രത്തെ ചൂണ്ടിനില്ക്കുന്ന
ഏകലവ്യന്റെ
വിരലാണിന്നു കവിത...
ആരാണിന്നു കവി.
ചരിത്രത്തിന്റെ പടയൊരുക്കം കാണുന്ന
കണ്ണാണിന്നു കവി.
എന്താണിന്നു കവിത?
വേലിയേറ്റത്തോടൊപ്പം വേഗം കൂടുന്ന
തിരമാലയാണിന്നു കവിത."

ചരിത്രബോധവും സമരോത്സുകതയും കവിതയെ എല്ലാത്തരം അനീതികൾക്കും എതിരായി പടവെട്ടാനുള്ള ആയുധമാക്കി മാറ്റാൻ പട്ടാന്നൂരിനു കഴിയുന്നു.

'തിരിച്ചുവരവിന്റെ സംഗീതം' എന്ന കവിതയിൽ സൂചിപ്പിച്ചിരിക്കുന്ന ഒരു അർജ്ജുന പുത്രന്റെ രക്തസാക്ഷിത്വത്തിനു, ബോധപൂർവ്വമല്ലെങ്കിലും, പ്രവചനസ്വഭാവം വന്നുപെട്ടിരിക്കുന്നു. കവി തലശ്ശേരിയിലെ ബ്രണ്ണൻ കോളേജിൽ മൂന്നുകൊല്ലം പഠിച്ച ഓർമ്മകളുമായി ഏഴെട്ടു കൊല്ലം കഴിഞ്ഞു തിരിച്ചുചെല്ലുമ്പോൾ ഓർക്കുന്ന ഒരു സംഭവത്തിനാണ് പ്രവചനസ്വഭാവം ലഭിച്ചിരിക്കുന്നത്.

"ഇരുട്ടുകൾ പതിയിരിക്കുന്ന പാതയിൽ
ഒരു ചുരികച്ചതിയിൽ വീണുപോയ
അർജ്ജുനപുത്രന്റെ നക്ഷത്രകുടീരം
ഇതാ ഇവിടെയാണ്....
(ഇവിടെ/ഇവിടെമാത്രം എന്റെ അമർഷങ്ങൾ
അരനിമിഷം മൗനമായിരിക്കട്ടെ)"

ഇപ്പോൾ ഇതുവായിക്കുന്ന ആരും ഈയിടെ എറണാകുളം മഹാരാജാസ് കോളേജിലെ അഭിമന്യു എന്ന വിദ്യാർത്ഥിയുടെ ക്രൂരമായ കൊലപാതകം ഓർത്തുപോകും. ദശാബ്ദങ്ങൾ കഴിഞ്ഞ് അത്തരമൊരു സംഭവം തിരിച്ചുവന്നിരിക്കുന്നു.

'ഒരു കവിയുടെ ഇന്ത്യൻ അവസ്ഥ'യിൽ കവിതയുടെ ലക്ഷ്യത്തെക്കുറിച്ചും കവിയുടെ ദുരന്താവബോധം നിറഞ്ഞ ജീവിതത്തെക്കുറിച്ചും പട്ടാന്നൂർ തന്റെ ധാരണകൾ അവതരിപ്പിക്കുന്നു. ഇന്ത്യൻ കവിയെത്തേടി രാപ്പകൽ ഭേദമില്ലാതെയെത്തുന്ന വാർത്തകൾ ദുരിതമരണങ്ങളുടെയും കുരുതിക്കഥകളുടെയുമാണ്. ഫയലുകളിലെ പൊടിയാണ് അവന്റെ ആഹാരം! കടംവാങ്ങിച്ചു തിരിച്ചുകൊടുക്കാൻ വഴിയില്ലാതെ പൊറുതിമുട്ടുകയാണവൻ. ശാന്തിയുടെയും സാഹോദര്യത്തിന്റെയും വിളനിലമാകേണ്ട ക്ഷേത്രപരിസരങ്ങളും പള്ളിമുറ്റങ്ങളും ക്രൂരകൃത്യങ്ങൾക്കു

സാക്ഷിയാകുന്നു. "മാളികമുകളിൽ താമസിച്ചു നാടുവാഴുന്ന കേമന്മാരൊക്കെയും കള്ളന്മാരുടെ കിങ്കരന്മാരാണെന്ന് അവർ തിരിച്ചറിയുന്നു." പക്ഷേ, ചുറ്റുമുള്ള ദുരന്തങ്ങൾ അവനെ തളർത്തുന്നില്ല. "നേരമെത്ര വൈകിയാലും കാലം പുലരുമെന്നുതന്നെ അവൻ കിനാവു കാണുന്നു." ഈ ശുഭപ്രതീക്ഷയാണ് അവനെ ദുരിതങ്ങളിൽ തളരാതെ സമരത്തിന്റെ പാതയിൽ മുന്നോട്ടു പോകാൻ പ്രേരിപ്പിക്കുന്നത്. 'ശുഭപ്രതീക്ഷാമുനമ്പിൽ നിന്ന്' എന്ന കവിതയിൽ പറയുന്നതുപോലെ "എല്ലാ മുറിവുകളും ഒരിക്കൽ ഉണങ്ങുമെന്നും എല്ലാ വരൾച്ചകൾക്കുംശേഷം മഴപെയ്യുമെന്നും" "എല്ലാ കാത്തിരിപ്പുകൾക്കും പിന്നിൽ ഒരു കാടുപൂക്കുമെന്നും" കവി കിനാവുകാണുന്നു.

ഈ ശുഭാപ്തിവിശ്വാസം കവിയുടെ വാക്കുകൾക്ക് പാരുഷ്യവും കാഠിന്യവും കാർക്കശ്യവും നല്കുന്നു. സുഹൃത്തുക്കളും ഗുരുനാഥന്മാരും, അമ്മയും, പ്രണയിനിപോലും കവിയുടെ വാക്കുകളിലെ മൂർച്ചയെക്കുറിച്ചും മുൻകോപത്തെക്കുറിച്ചും പരാതി പറഞ്ഞിരുന്നു. എങ്കിലും കവിയുടെ വാക്കുകൾ അടിമകളുടെ സമരത്തിന്റെ വീര്യമായി മാറുകയാണ്. "തുടയെല്ലു പൊട്ടിത്തകർന്നു വീഴുംവരെ" വാക്കുകൾക്കു പൊരുതാനാകണമെങ്കിൽ ഈ പാരുഷ്യവും മൂർച്ചയും മറ്റും വേണമെന്നു 'വാക്കുകളിൽ' കാണാം. അലസനിദ്രയിലുറങ്ങുന്ന അദ്ധ്വാനിക്കുന്ന ജനതയെ വിളിച്ചുണർത്തുന്ന ഉണർത്തുപാട്ടിന് ഇത് സ്വാഭാവികമായുണ്ടാകുന്നതാണ്.

വിമോചനത്തിനുവേണ്ടിയുള്ള കവിയുടെ ആഹ്വാനം കേൾക്കാൻ ആളുകളുണ്ടോ? അധികം പേരും ഇതു കേട്ടില്ലെന്നു നടിക്കുന്നവരാണ്. 'കുരുതിപ്പറമ്പിൽ നിന്നൊരു ഗീത'ത്തിൽ ഇവരോടു കവി പറയുന്നു:

"അറിവുള്ള മാളോരേ നിങ്ങളൊന്നും
അറിയില്ല എന്നു നടിച്ചീടല്ലേ
കണ്ണുള്ള മാളോരേ നിങ്ങളൊന്നും
കണ്ടില്ല എന്നു കുനിഞ്ഞീടല്ലേ
കാതുള്ള മാളോരേ നിങ്ങളൊന്നും
കേട്ടില്ല എന്നു കരഞ്ഞീടല്ലേ"
വിപ്ലവത്തിനുള്ള അന്തിമ സമരത്തിനു സമയമായി."
"സമയമായി പെരുമ്പറക്കൊട്ടുകൾ
തടവുചാടിപ്പുറപ്പെടാൻ സമയമായി"

പക്ഷേ, ഈ പെരുമ്പറക്കൊട്ടുകൾ കേൾക്കാൻ തയ്യാറായവർ കുറച്ചേ ഉള്ളൂ എന്നതാണ് ഇന്നത്തെ ദുരന്തം. തടവിൽ കിടക്കുന്നവരുടെ ചങ്ങലകൾ സ്വയം നിർമ്മിച്ചതാണെന്ന തിരിച്ചറിവു അവർക്കില്ല, വില്യം ബ്ലേക് പണ്ടുതന്നെ പറഞ്ഞുവച്ചു: 'mind-forged manacles' (മനോനിർമ്മിതമായ ചങ്ങലക്കെട്ടുകൾ). അദ്ധ്വാനിക്കുന്ന വർഗ്ഗം സ്വന്തം ബലത്തെ

തിരിച്ചറിയുന്നില്ല. അതിന്റെ തിരിച്ചറിവാണ് അവരുടെ ബ്രഹ്മാസ്ത്രം. മറ്റായുധങ്ങളെല്ലാം അതിന്റെ മുമ്പിൽ നിഷ്പ്രഭമാണ്. ആ വർഗ്ഗബോധമുണ്ടെങ്കിൽ, വർഗ്ഗസാഹോദര്യമുണ്ടെങ്കിൽ, ഐക്യദാർഢ്യമുണ്ടെങ്കിൽ, മറ്റായുധങ്ങൾ ഇല്ലെങ്കിലും വിജയം സുനിശ്ചിതമാണ്. അതില്ലെങ്കിൽ ആയുധങ്ങളുണ്ടായിട്ടും കാര്യമില്ല. ശത്രുക്കളുടെ അധികാരക്കോട്ടകളും കൊത്തളങ്ങളും എ കെ 47 മുതൽ റാഫേൽ വിമാനങ്ങൾവരെയുള്ള ആയുധങ്ങളുടെ സംരക്ഷണയിലാണ്.

'ഒരു ഗ്രാമജീവിത പുരാവൃത്തം', 'എന്റെ ഗ്രാമം, ഗ്രാമങ്ങൾ' എന്നീ കവിതകൾ ഗ്രാമങ്ങളുടെ സൗന്ദര്യവും ഗ്രാമീണരുടെ നിഷ്കളങ്കതയും ഹൃദ്യമായ വാക്കുകളിൽ ആവിഷ്കരിക്കുന്നതോടൊപ്പം വരാനിരിക്കുന്ന പൊട്ടിത്തെറികളുടെ മേഘധ്വനികളും വായനക്കാരെ കേൾപ്പിക്കുന്നുണ്ട്. പാർലമെന്ററി ജനാധിപത്യത്തിൽ ബഹുഭൂരിപക്ഷംവരുന്ന കൃഷിക്കാർക്കു സംരക്ഷണം ലഭിക്കുന്നില്ല. രാജ്യത്തിലെ ജനതയെയാകെ തീറ്റിപ്പോറ്റുന്ന അദ്ധ്വാനശീലരായ കൃഷിക്കാരാണ് ഇന്ത്യയിൽ കടംകൊണ്ടു പൊറുതിമുട്ടി ഏറ്റവുംകൂടുതൽ ആത്മഹത്യ ചെയ്യുന്നത്. ശതകോടീശ്വരന്മാർ ബാങ്കുകളിൽനിന്നും ആയിരമായിരം കോടികൾ കടം വാങ്ങിച്ചുകൊണ്ടു നാടുവിട്ടുപോയി വിദേശരാജ്യങ്ങളിൽ സുഖിച്ചു കഴിയുന്നു. കർഷകരുടെ വിപ്ലവബോധം തീക്ഷ്ണമാകുമ്പോൾ 'നാട്ടിൻപുറം നഗരങ്ങളെ വളയുമെന്നും വിപ്ലവത്തിന്റെ പടഹധ്വനി വസന്തത്തിന്റെ ഇടിമുഴക്കമാണെന്നും' കഴിഞ്ഞ നൂറ്റാണ്ടിലെ എഴുപതുകളിൽ ഇടതുപക്ഷത്തിൽ ചിലർ വിശ്വസിച്ചിരുന്നു. 'ഒരു ഗ്രാമജീവിത പുരാവൃത്ത'ത്തിൽ 'കുന്നിനും കുന്നിനും താഴെ'യുണ്ടായിരുന്ന ഒരു കുന്നല ഗ്രാമത്തിൽ ചാണകം മെഴുകിയ മൺപുരത്തിണ്ണയിൽ ഒറ്റയ്ക്കിരുന്നു 'ഒരു മരതകദ്വീപം' കിനാവു കാണുന്ന ഒരു 'ദുരിതകുമാരന്റെ' ചിത്രമുണ്ട്. സ്വപ്നം സാക്ഷാൽക്കരിക്കാൻ അയാളുടെ കൗമാരവും യൗവനവും സമരാസക്തമായിരുന്നു. പക്ഷേ, ഇന്നു എല്ലാം പൊലിഞ്ഞുപോയി. ഏതാനും വർഷങ്ങൾക്കുമുമ്പ് ഇതേ ഗ്രാമത്തി ('എന്റെ ഗ്രാമം, ഗ്രാമങ്ങൾ') ലെ ശുദ്ധജലത്തിൽ ചോര കലങ്ങിയിരുന്നു. രാത്രി ഇരുട്ടിൽ നടന്നുപോകുമ്പോൾ കവിയുടെ കാൽ തട്ടിയതു മുറിഞ്ഞുകിടന്ന ഒരു കാലിലാണ്. തന്റെ സഹയാത്രികനാകുമായിരുന്ന ഒരു യുവാവിന്റെ കാൽ. കുളിക്കുമ്പോൾ തട്ടിയതു അറുത്തു എറിയപ്പെട്ട നാവ്, ഗ്രാമത്തിന്റെ ഊടുവഴികളിൽക്കൂടി സായാഹ്ന നടത്തത്തിനുപോയപ്പോൾ കാട്ടുപൂക്കളുടെ സുഗന്ധത്തിനുപകരം മൂക്കിൽ തട്ടിയതു 'കണ്ണീരും മുലപ്പാലും വെടിമരുന്നിൽ കൂടിക്കലർന്ന ഈർപ്പത്തിന്റെ ഗന്ധമായിരുന്നു അത്. ദാരുണമായ മാതൃത്വത്തിന്റെ ഗന്ധം!' ഈ അനുഭവങ്ങൾ ചൂണ്ടിക്കാണിക്കുന്ന ദുരിതങ്ങളുടെ നടുവിലും കവി നിരാശനാകുന്നില്ല. ഒറ്റതിരിഞ്ഞു അലയുന്ന മേഘങ്ങൾ ഒന്നിച്ച് ആയുധങ്ങൾക്കു മൂർച്ചകൂട്ടുന്നത് അദ്ദേഹം കാണുന്നു. വരാനി

രിക്കുന്ന കാലവർഷത്തിൽ ഗ്രാമത്തിലെ ചൂഷണങ്ങളും മർദ്ദനങ്ങളും മതത്തിന്റെ പേരിലുള്ള കാപട്യങ്ങളുമെല്ലാം ഒലിച്ചുപോകുമെന്നു കവിക്കു നിശ്ചയമുണ്ട്.

ഗ്രാമങ്ങളിലെ നിർമ്മലമായ അന്തരീക്ഷമല്ല നഗരങ്ങളിൽ ഉള്ളത്. 'തിരുവനന്തപുരം – 74', 'തിരുവനന്തപുരത്തിന്റെ പോസ്റ്റ്മോർട്ടം' എന്നീ കവിതകളിൽ നഗരങ്ങളിലെ അധികാരചിഹ്നങ്ങളും സാംസ്കാരിക ജീർണ്ണതയും മതപരമായ കാപട്യവും വിഷയമായിരിക്കുന്നു. മതസൗഹാർദ്ദത്തിന്റെ പ്രതീകമായി കൊണ്ടാടപ്പെടുന്ന പാളയം പള്ളികളുടെ നടുക്കാണ് രക്തസാക്ഷി മണ്ഡപം സ്ഥിതിചെയ്യുന്നത്, രക്തസാക്ഷിത്വത്തിന്റെ മാഹാത്മ്യം അറിയാത്ത പുതിയ തലമുറ അവിടെ അലസനിദ്രയിലാണ്. കവിയുടെ 'ആകാശമേഘങ്ങളിൽ ചുഴലിക്കാറ്റുകൾ പിറവി കൊള്ളു'മ്പോഴും തന്റെ 'ആഹ്ലാദഗീതങ്ങളിലും ചെങ്കടലുകൾ കോളു കൊള്ളുമ്പോഴും' മാപ്പുസാക്ഷികളെപ്പോലെ ഉറങ്ങുന്ന യുവാക്കളെ കവി വിപ്ലവത്തിന്റെ പെരുമ്പറയടിച്ചു ഉണർത്താൻ ശ്രമിക്കുന്നു. മഹാത്മാ ഗാന്ധി റോഡിലെ അധികാരചിഹ്നങ്ങളെ തകർത്തെറിയാനും ധനമോഹത്തിന്റെ പ്രതീകങ്ങളായ കോൺക്രീറ്റ് സൗധങ്ങളെ ചുട്ടുകരിക്കാനും ചെങ്കൽച്ചൂളയിലെ അടുപ്പുകളിൽനിന്നു അഗ്നിജ്വാലകൾ പടരാൻ കാലമായി എന്നും കവി ഓർമ്മിപ്പിക്കുന്നു. നഗരങ്ങളിൽ ക്ഷേത്രങ്ങളിലും പള്ളികളിലും കാണിക്കപ്പെട്ടികളിൽ വീഴുന്നതു കള്ളപ്പണവും കള്ളപ്പൊന്നുമാണ്. അവിടെ പ്രദർശിക്കപ്പെടുന്ന ഭക്തിയിലും ഭജനത്തിലും കാപട്യം മാത്രമേയുള്ളൂ. കാപട്യവും പകൽക്കൊള്ളയും മുഖമുദ്രയായിട്ടുള്ള ഈ നഗരസംസ്കാരത്തെ തുടച്ചുനീക്കാൻ കാലമായി എന്നു 'തണുത്ത പയ്യന്മാർ' അറിയുന്നില്ല. 'തിരുവനന്തപുരത്തിന്റെ പോസ്റ്റ്മാർട്ടം' അവരിൽ വിപ്ലവത്തിന്റെ ചുടുരക്തപ്രവാഹം പ്രതീക്ഷിക്കുന്നു.

'സംഘമിത്ര കവിതകൾ' അവയിലെ നായികയെ വിപ്ലവപാതയിലെ കാരുണ്യത്തിന്റെയും ഐക്യദാർഢ്യത്തിന്റെയും പ്രതീകമായി അവതരിപ്പിച്ചിരിക്കുന്നു. വിപ്ലവത്തിൽ പലപ്പോഴും രക്തച്ചൊരിച്ചിൽ വേണ്ടിവരുമെന്നു ചരിത്രം നമ്മെ പഠിപ്പിക്കുന്നു. ആധിപത്യത്തിന്റെയും ചൂഷണത്തിന്റെയും പ്രതിനിധികളായ വർഗ്ഗങ്ങളോടുള്ള വൈരം യഥാർത്ഥത്തിൽ അവരുടെ ഇരകളായ അദ്ധ്വാനിക്കുന്ന വർഗ്ഗത്തോടുള്ള കാരുണ്യത്തിന്റെ മറുപുറം മാത്രമാണ്. ഒരേ നാണയത്തിന്റെ രണ്ടുവശങ്ങൾ തന്നെയാണ് സമരോത്സുകതയും കാരുണ്യവും. എല്ലാം ദുഃഖമയമെന്ന് കണ്ട ബുദ്ധനും അതിന്റെ മൗലികകാരണമായ തൃഷ്ണയുടെ ഉന്മൂലനത്തിനുവേണ്ട ധർമ്മാചരണങ്ങൾക്കു സംഘബോധം സഹായകരമായിരിക്കുമെന്നു തോന്നി. അങ്ങനെ ബുദ്ധനും ധർമ്മവും സംഘവും ബുദ്ധമതത്തിന്റെ ത്രിരത്നങ്ങളായി. ബുദ്ധ വിഹാരങ്ങളിൽ ജാതിഭേദങ്ങൾ പ്രശ്നങ്ങളായിരുന്നില്ല. പക്ഷേ, സ്ത്രീകൾക്കു പ്രവേശനമില്ലായിരുന്നു. അതു

ബുദ്ധന്റെ പുരുഷമേധാവിത്തത്തിന്റെ ഉദാഹരണമായി കണക്കാക്കേണ്ട. ശിഷ്യന്മാരുടെ നിർബ്ബന്ധത്തിനു വഴങ്ങി അദ്ദേഹം അതിനു അനുമതി നല്കി. പക്ഷേ, അദ്ദേഹം ഒരു മുന്നറിയിപ്പും നല്കി. സംഘജീവിതത്തിൽ ക്രമേണ ജീർണ്ണതകൾ ഉണ്ടാകുമെന്നും ധർമ്മം ക്ഷയിച്ചു പോകുമെന്നും അദ്ദേഹം പ്രവചിച്ചു. അതുപോലെ സംഭവിക്കുകയും ചെയ്തു.

അക്കാലത്തു പുരുഷന്മാരെപ്പോലെ തന്നെ സ്ത്രീകൾക്കും ബുദ്ധ ധർമ്മം ആചരിക്കാൻ വലിയ താല്പര്യമുണ്ടായിരുന്നു. ശ്രീലങ്കയിലെ ബുദ്ധമതപ്രചാരണത്തിനു ആക്കം കൂട്ടാൻ അശോകൻ സ്വന്തം മകനായ മഹേന്ദ്രനെ അയച്ചു. പിന്നീട് അവിടെയുള്ള ബുദ്ധമതാനുയായികളായ സ്ത്രീകൾക്ക് ഭിക്ഷുകിമാരാകാനുള്ള ദീക്ഷ നല്കാൻ മകളായ സംഘ മിത്രയെ അയക്കാൻ അശോകൻ സമ്മതിച്ചു. വിദുഷിയായിരുന്ന സംഘ മിത്ര ബോധഗയയിലെ ബോധിവൃക്ഷത്തിന്റെ കൊമ്പുമുറിച്ചു ബംഗാൾ ഉൾക്കടൽ വഴി ശ്രീലങ്കയിലെ അനുരാധപുരത്തിലെത്തി അതു നട്ടുവ ളർത്തുകയും ബുദ്ധഭിക്ഷുണികൾക്കു ദീക്ഷ നല്കുകയും ചെയ്തു. സംഘമിത്രയുടെ സാഹസികയാത്ര ഇന്നത്തെ അന്താരാഷ്ട്രീയതയു ടെയും ലോകമെങ്ങുമുള്ള പോരാളികളോടുള്ള ഐക്യദാർഢ്യത്തി ന്റെയും ദുഃഖിതരോടുള്ള കാരുണ്യത്തിന്റെയും ആദിമരൂപമാണ്. പക്ഷേ, ഇന്നത്തെ സംഘമിത്രയോട് എല്ലാ രാജ്യങ്ങളിലും 'ആയിരം നിരപരാ ധികൾ കഴുമരമേറുന്ന കാഴ്ചകൾ നമ്മൾക്കെങ്ങനെ വെറുതെ കണ്ടു നില്ക്കാനാവും' എന്ന ചോദ്യമാണ് കവിക്കു ചോദിക്കാനുള്ളത്. (*സംഘ മിത്രയ്ക്കുള്ള കുറിപ്പുകൾ*–1) കവിക്കോ സംഘമിത്രയ്ക്കോ വിശ്രമിക്കാൻ സമയമില്ല.

'നിശീഥങ്ങൾ നീന്തി
നിശാചരത്തെരുവുകൾ കടന്ന്
നമുക്കു നടത്തം തുടരാതെ വയ്യ.
ദൂരങ്ങൾ ചവിട്ടി മെതിച്ചും
ദുരിതങ്ങൾ ചവച്ചിറക്കിയും
കയങ്ങളും കടന്ന്
നമ്മൾക്കു
മറുകര കാണാതെവയ്യ. (*സംഘമിത്രയുടെ യാത്രകൾ*).

'മറുകര' എത്താൻ ഏറ്റവും ആവശ്യമുള്ളത് ജാതിയും മതവും ഇടു ങ്ങിയ ദേശീയതയും അപ്രസക്തമാക്കുന്ന സാർവ്വദേശീയമായ ഐക്യ ദാർഢ്യമാണ്. അതുകൊണ്ടാണല്ലോ സർവ്വരാജ്യത്തൊഴിലാളികളോടു ഒരുമിക്കാൻ മാർക്സും എംഗത്സും ആഹ്വാനം ചെയ്തത്. കണ്ണൂരിലെ ബീഡിത്തൊഴിലിടങ്ങളിൽ 'പകൽ മുഴുവൻ കുനിഞ്ഞിരുന്നു/ ഞങ്ങൾ വീർപ്പുമുട്ടുമ്പോഴും' ദക്ഷിണാഫ്രിക്കയിലെയും ഇറാനിലെയും നമ്മുടെ തന്നെ കാടുകളിലെയും ചോരവീഴ്ത്തി സമരം ചെയ്യുന്ന പോരാളിക

ളോടു ഐക്യദാർഢ്യം പ്രഖ്യാപിക്കുന്ന കവിതയാണ് 'കരയാനറിയാത്ത ഞങ്ങൾ.'

ഇടതുപക്ഷത്തിന്റെ വിജയത്തിനുവേണ്ടി പ്രയത്നിച്ചവരും രക്തസാക്ഷിത്വം വരിച്ചവരുമായ കുറെ വ്യക്തികളെക്കുറിച്ചുള്ള കവിതകൾ ഇന്നും അസംഭവ്യമെന്നു കരുതപ്പെടുന്ന 'മറുകരയെ'ക്കുറിച്ചുള്ള സ്വപ്നങ്ങൾ താലോലിക്കുന്ന വായനക്കാർക്കു പ്രേരകപ്രദമായിരിക്കും. ഇടതുപക്ഷ മൂല്യങ്ങൾ പ്രചരിപ്പിക്കാൻ അവിശ്രാന്തം പരിശ്രമിച്ച ഒരു ചിന്തകനായിരുന്നു എം എൻ വിജയൻ. രണ്ടു കവിതകളിൽ ('സ്നേഹിക്കുന്നവർക്കും വെറുക്കുന്നവർക്കും ഒരുപോലെ', 'ചരിത്രവഴികളിൽ ഇപ്പോഴും') കവി അദ്ദേഹത്തിന്റെ നിസ്വാർത്ഥതയും നിഷ്കപടതയും കറകളഞ്ഞ വിപ്ലവാഭിനിവേശവും സ്മരിച്ചു വാഴ്ത്തിയിരിക്കുന്നു. ഇടതുപക്ഷത്തിനു അപചയം സംഭവിക്കാതിരിക്കാൻവേണ്ടി, അന്യവർഗ്ഗചിന്താഗതികൾ തൊഴിലാളിവർഗ്ഗ വിപ്ലവപ്രസ്ഥാനത്തിൽ നുഴഞ്ഞുകയറുന്നതു തടുക്കാൻ വേണ്ടി അദ്ദേഹം 'ജനലുകൾ' അടച്ചിടുക എന്ന രൂപകം പ്രയോഗിച്ചതു ചിലർക്കു രസിച്ചില്ല. 'വാഴ്ത്തുകളും വായ്ത്താരികളും വിഗണിച്ച് വാടകനാക്കിന്റെ വിഴുപ്പുകൾക്കപ്പുറത്തേക്കു ഒറ്റയ്ക്കു യാത്രതിരിച്ച സഞ്ചാരി'യെ 'കുപ്പത്തൊട്ടിയിലെറിയപ്പെട്ടതുപോലെന്നു തോന്നിയ ബന്ധവിച്ഛേദത്തിനു' പാത്രമാക്കി. 'വിമർശനവും സ്വയം വിമർശനവും' പ്രസ്ഥാനത്തിന്റെ പുരോഗതിക്കു അത്യന്താപേക്ഷിതമാണെന്നു പറഞ്ഞ കമ്മിസാറന്മാരുടെ അനുയായികൾ തന്നെ അദ്ദേഹത്തെ നിഷ്കരുണം നിഷേധിച്ചു. എങ്കിലും അദ്ദേഹത്തിന്റെ ചരിത്രസഞ്ചാരം ഇപ്പോഴും കനൽവഴികളിൽക്കൂടി തുടർന്നുകൊണ്ടേയിരിക്കുന്നു എന്നു കവി വാഴ്ത്തുകയാണ്.

ഇ എം എസിന്റെ ജീവിതത്തെ 'കതിർപോലെ നിറവാർന്നു തീർന്ന'തെന്നാണ് കുഞ്ഞപ്പ അനുസ്മരിക്കുന്നത്. പ്രതിബദ്ധതയുടെ ദാർഢ്യം അദ്ദേഹത്തിന്റെ ജീവിതത്തിൽ ഉടനീളം കാണാം. ('ഉദയപർവ്വതം ഒരു രൂപകം') അടിയന്തരാവസ്ഥയുടെ നൃശംസതയ്ക്കു വിധേയയായി അന്തരിച്ച 'സ്നേഹലതാ റെഡ്ഡി' യെക്കുറിച്ചുള്ള ഓർമ്മക്കുറിപ്പ് 'ഇന്ത്യൻ രാത്രിയുടെ ഇരുണ്ട നാലാം യാമം' അവസാനിച്ചിട്ടില്ല എന്നു ഗൗരി ലങ്കേഷിന്റെ വധം നമ്മെ ഓർമ്മിപ്പിക്കുന്നു. നാലാം യാമത്തിന്റെ ഇരുട്ടു കനത്തുവരുന്നു. ഉദയപർവ്വതത്തിന്റെ ശിഖരത്തിൽ സൂര്യരശ്മികൾ കാണാൻ കഴിയുമെന്നു പലർക്കും വിശ്വാസമില്ല. എവിടെയെല്ലാം ജനകീയസമരമുണ്ടോ അവിടെയെല്ലാം പടനായകനായി എ കെ ജിയെ കണ്ടിരുന്നു എന്ന് 'എ കെ ജി' എന്ന കവിതയിൽ കവി നമ്മെ ഓർമ്മിപ്പിക്കുന്നു. 'ഇരുളിൻ കയങ്ങളിൽ തലവിധിച്ചോർ ഉദയത്തിൽ തീരത്തിലെത്തുമെന്നു' ഉറപ്പുതന്നുകൊണ്ടു മറഞ്ഞ വീരനായകനാണദ്ദേഹം. സഫ്ദർ ഹാഷ്മി തെരുവുനാടകം കളിച്ചുകൊണ്ടിരുന്നപ്പോൾ ഒരു കൂട്ടം

പാതകികൾ അദ്ദേഹത്തെ നിഷ്കരുണം വധിച്ചു. ('സഫ്ദർ ഇവിടെ നീ അവസാനിക്കുന്നില്ല') അദ്ദേഹത്തിന്റെ പോരാട്ടത്തിന്റെ അപൂർണ്ണ നാടകം തങ്ങൾ വീണ്ടും വീണ്ടും അഭിനയിച്ചു മുന്നേറുമെന്ന് വിപ്ലവകാരികൾക്കു വേണ്ടി കവി ശപഥം ചെയ്യുന്നു.

"ഈ ഇരുണ്ട നാലാം യാമത്തിൽ
ഞങ്ങൾ
ഉറങ്ങാതിരിക്കുമ്പോൾ"

സഫ്ദർ തങ്ങളുടെ സമരങ്ങളിൽക്കൂടി ജീവിക്കുമെന്നു കവിക്കും സഹയോദ്ധാക്കൾക്കും തീർച്ചയുണ്ട്. അധികാരത്തിന്റെ സുരക്ഷിതത്വത്തിലും ശീതളിമയിലും നിന്ന് വീണ്ടും (ബൊളീവിയൻ) കാടുകളിലെ അനിശ്ചിതത്വത്തിലേക്കും അപകടങ്ങളിലേക്കും ഇറങ്ങിത്തിരിച്ച ചെഗുവേരയുടെ ഫിദെൽ കാസ്ട്രോയ്ക്കുള്ള കത്തിന്റെ രൂപത്തിലാണ് 'ഫിദെൽ പിന്നെയുമൊരു ഗാനം' രചിച്ചിരിക്കുന്നത്. വീണ്ടും വിമോചന സമരത്തിൽ ഒന്നിച്ചു അടരാടാനുള്ള ചെയുടെ ആഗ്രഹം ഇതിൽ പ്രതിഫലിച്ചിരിക്കുന്നു. 'ആത്മബോധങ്ങളായോധനങ്ങളായി' താൻ ഫിദെലിന്റെ തുടരുന്ന സമരങ്ങളിൽ പങ്കെടുക്കാൻ വരുമെന്നു ചെഗുവേര ഉറപ്പു നല്കുന്നു.

ബീഡിത്തൊഴിലാളികളുടെ വർഗ്ഗബോധവും സമരവീര്യവും ആൾരൂപമെടുത്ത 'സി'യെ 'ചരിത്രത്തിന്റെ ഏകാക്ഷരം' എന്ന കവിതയിൽ കവി സ്മരിക്കുന്നു 'തേജസ്വിനി, നീ സാക്ഷി' എന്ന കവിതയിലാകട്ടെ വിപ്ലവമാർഗ്ഗത്തിൽ അവശ്യം സംഭവിക്കുന്ന രക്തസാക്ഷിത്വത്തിന്റെ മാതൃകയായി കയ്യൂർ സഖാക്കൾ വാഴ്ത്തപ്പെടുകയാണ്. ദുരിതങ്ങൾക്കറുതി വരുത്താൻ പതറാതെ പൊരുതുന്ന എല്ലാവർക്കും ആത്മവീര്യം നല്കാൻ അവർ എപ്പോഴും ജീവിച്ചുകൊണ്ടിരിക്കും. 'ഐലാൻ കുർദി' യെപ്പറ്റിയുള്ള കവിത വർത്തമാനകാലത്തിൽ വൻകോയ്മകളുടെ കിടമത്സരം കൊണ്ടു സ്വന്തം നാടുവിട്ടു യൂറോപ്പിലേക്കു അഭയാർത്ഥികളായി പോകാൻ വിധിക്കപ്പെട്ട ആയിരങ്ങളുടെ ദുരന്ത ജീവിതത്തിന്റെ പ്രതീകമായിക്കഴിഞ്ഞിരിക്കുന്നു. സിറിയയിലെ ആഭ്യന്തരയുദ്ധത്തിൽ എത്ര ലക്ഷങ്ങൾ മരിച്ചിട്ടുണ്ടെന്നു കൃത്യമായ കണക്കില്ല, അഞ്ചായിരിക്കാം പത്തായിരിക്കാം. അതൊന്നും അവിടത്തെ ഭരണാധികാരികൾക്കോ ആഭ്യന്തരകലഹങ്ങളിൽ എണ്ണയൊഴിച്ചുകൊടുക്കുന്ന വിദേശശക്തികൾക്കോ ഒരു പ്രശ്നമല്ല. കൂട്ടംകൂട്ടമായി അവിടത്തെ ജനങ്ങൾ സമാധാനപരമായ ജീവിതം സ്വപ്നം കണ്ടുകൊണ്ടു യൂറോപ്യൻ രാജ്യങ്ങളിലേക്കു കുടിയേറുകയാണ്. അവരിൽ ഒരു കുടുംബം കയറിയ ബോട്ടു മുങ്ങിയപ്പോൾ തീരത്തടിഞ്ഞ ഒരു പിഞ്ചു പൈതലിന്റെ ചിത്രം ചരിത്രത്തിലെ അവിസ്മരണീയമായ ഫോട്ടോകളിൽ ഒന്നായി മാറി. വിയറ്റ്നാം യുദ്ധത്തിൽ അമേരിക്കക്കാരുടെ നാപ്പാം ബോംബിൽനിന്നും രക്ഷപ്പെടാൻ ഉടുതുണി

വലിച്ചൂരിയെറിഞ്ഞുകൊണ്ടു ഓടുന്ന ഒരു ബാലികയുടെ ചിത്രം ആർക്കു മറക്കാൻ സാധിക്കും? അതുപോലെ ഒരു ചിത്രമായി മാറി കടലോരത്തു കമിഴ്ന്നുകിടന്നു ഉറങ്ങുന്നതുപോലെ തോന്നിക്കുന്ന ആ പിഞ്ചുബാലന്റെ ശരീരം.

'തിരമാലകളുടെ അവസാനത്തെ
താരാട്ടു കേട്ട്
പൂഴിത്തരികളുടെ നനുത്ത ചുംബനത്തിൽ
കുതിർന്ന് കുളിരാർന്ന്
കുമ്പിട്ടു കിടന്നുറങ്ങിപ്പോയ
കുട്ടി'

എന്നു തുടങ്ങുന്ന ഹൃദയഹാരിയായ ഈ കവിത ആസ്വാദകർക്ക് അവിസ്മരണീയമായ ഒരു വായനാനുഭവമായിരിക്കും.

പൊതുവെ നഗരങ്ങളെ ജീർണ്ണതയുടെ കേളീരംഗമായി കാണുന്ന കവി നാട്ടിൻപുറങ്ങളെ സമരോത്സുകതയുടെ വിഹാരരംഗമായി വർണ്ണിക്കുന്നു. സാഹിത്യകാരന്മാരിൽ പലരും സ്വത്വം പണയംവച്ചു അധികാരത്തിന്റെ സ്തുതിപാഠകരായി പുരസ്കാരങ്ങൾ വാരിക്കൂട്ടുന്നു. പലരും 'ഉഭയബുദ്ധിജീവിക'ളാണ്. വലതിനും ഇടതിനും മദ്ധ്യത്തിൽ അതിർരേഖകളൊന്നും അവർ കാണുന്നില്ല. എഡ്വർഡ് സെയ്ദ് പറഞ്ഞു 'അധികാരത്തോടു സത്യം പറയുകയാണ് ബുദ്ധിജീവികളുടെ കടമ' എന്ന്. 'പക്ഷേ, അധികാരത്തിനുവേണ്ടത് സത്യമല്ല, മുഖസ്തുതിയാണ്'. നട്ടെല്ലുള്ള കവികൾക്കു അതു ശീലമാവില്ല. ബഹുജനങ്ങളുടെ യഥാർത്ഥ പ്രശ്നങ്ങൾ പരിഹരിക്കാൻ കഴിയാതെ വരുമ്പോൾ അധികാരിവർഗ്ഗങ്ങൾ ഉയർത്തുന്ന അയഥാർത്ഥ പ്രശ്നങ്ങൾ ഫാസിസ്റ്റ് പ്രവണതകൾക്കു കളമൊരുക്കും. തൊഴിലാളി വർഗ്ഗത്തെ നയിക്കാൻ വന്നവരിൽ ചിലരെങ്കിലും അധികാരി വർഗ്ഗത്തിന്റെ ജീവിതശൈലിയിലും പ്രവർത്തനമാതൃകകളിലും ആകൃഷ്ടരാകുന്നു. കെ ജി ശങ്കരപ്പിള്ളയുടെ വാക്കുകൾ കടമെടുത്തു പറഞ്ഞാൽ 'സഖാക്കൾ സുഖാക്കളാ'കുന്ന കാലമാണിത്. വിപ്ലവപ്രവർത്തനത്തിനാവശ്യമായ അർപ്പണമനോഭാവമോ ഏകാഗ്രതയോ നിസ്വാർത്ഥതയോ സുഖിയന്മാർക്കു കാണുകയില്ലല്ലോ. 'നന്ദി, ഗ്രാമങ്ങളേ!' എന്ന കവിതയിൽ കുഞ്ഞപ്പയും ഈ അപചയം വ്യക്തമാക്കുന്നുണ്ട്.

'കീഴാളനൊപ്പം നില്ക്കാൻ
കീഴോട്ടുവന്നവർ
ഓരോരുത്തരോരോരുത്തരായി
ഊഴമിട്ടെന്നോണം
മേലോട്ടു പോകുന്നു.
കോയ്മകളോടു കലഹിച്ചുകൊണ്ട്

കനൽവഴികൾ താണ്ടിവന്നവർ
ഓരോരുത്തരോരോരുത്തരായി
കോയ്മകളുടെ വിരുന്നുശാലകളിലേക്കു
വിഭൂതിതേടിപ്പോകുന്നു.
ഇടമില്ലാത്തോർക്കു ഇടംതേടി
ഇടത്തോട്ടു സഞ്ചരിച്ചവർ
വലംകാലുവെച്ച് വലംപിരിഞ്ഞ്
വലത്തോട്ടുപോയ് വലയിൽ കുരുങ്ങുന്നു.
എന്നാലിപ്പോഴും നെരിപ്പോടുകളിൽ
കഞ്ഞിവേവിക്കുന്ന കന്യകമാരുണ്ടീഗ്രാമത്തിൽ...!
നൊമ്പരങ്ങളിൽ താരാട്ടുപാടുന്ന
അമ്മമാരുണ്ടീഗ്രാമത്തിൽ...'

കവി പ്രതീക്ഷയർപ്പിക്കുന്നതു ഗ്രാമങ്ങളിൽ, പടനിലങ്ങളിൽ കാലിടറാതെ പോരാടുന്ന കീഴാളന്മാരിലാണ്.

കുഞ്ഞപ്പ പട്ടാന്നൂരിന്റെ ഈ ശുഭാപ്തിവിശ്വാസത്തിൽ പങ്കുകൊള്ളാൻ എത്രപേർ തയ്യാറാകുമെന്നറിയാൻ വഴിയില്ല. ആധുനിക മലയാള കവിതയിൽ വ്യുല്പന്നരായ കുറെ വിമർശകർ കുഞ്ഞപ്പയുടെ കവിതകളെ പ്രശംസിച്ചു പഠനങ്ങൾ എഴുതിയിട്ടുണ്ട്. മദ്ധ്യവർഗ്ഗ ഭാവുകത്വത്തിന്റെ ആത്മരോദനങ്ങളല്ല കുഞ്ഞപ്പയുടെ കവിതയിൽ കാണുന്നതു എന്നു അവർ ചൂണ്ടിക്കാണിക്കുന്നു. അദ്ദേഹത്തിന്റെ വാക്കുകൾ കീഴാളത്തത്തിന്റെ സമരവീര്യം ഉണർത്താനുള്ള മൂർച്ചയുള്ള ആയുധങ്ങളാണ്. കീഴാളന്റെ യുദ്ധം ആരംഭിച്ചതറിയിക്കുന്ന പെരുമ്പറയാണ് അത്. മനുഷ്യന്റെ അദമ്യമായ സ്വാതന്ത്ര്യവാഞ്ഛയെ തല്ലിത്തകർക്കാൻ ഒരു അധികാരഘടനയ്ക്കും സാദ്ധ്യമല്ല. മനുഷ്യത്വത്തെ അടിച്ചമർത്തുന്ന വർഗ്ഗങ്ങളെ കുഞ്ഞപ്പ ചെന്നായ്ക്കളായും വിഷസർപ്പങ്ങളായും ഇരപിടിയന്മാരായും കാണുന്നു. അവരോടല്ല പട്ടാന്നൂർ സംവദിക്കാൻ ആഗ്രഹിക്കുന്നത്. അവരുടെ വാഗ്ദാനങ്ങളിലും പ്രലോഭനങ്ങളിലും മയങ്ങി അരാഷ്ട്രീയവല്ക്കരിക്കപ്പെട്ട ജനവിഭാഗങ്ങൾ നമ്മുടെ സമൂഹത്തിലുണ്ട്. സ്വന്തം സൃഷ്ടി സംഹാരശക്തികളെക്കുറിച്ചു അവബോധമില്ലാത്ത കീഴാളവർഗ്ഗത്തോടും അവരെ അവരുടെ ശക്തി ഉണർത്തി സമരത്തിനു സന്നദ്ധരാക്കുന്ന വിപ്ലവകാരികളോടുമാണ് അദ്ദേഹത്തിന് ആഭിമുഖ്യം. അവർ സമൂഹത്തിൽ ന്യൂനപക്ഷമോ ഭൂരിപക്ഷമോ എന്നതു ഒരു പ്രശ്നമല്ല. പോരാട്ടത്തിലെ പരാജയങ്ങൾ താല്ക്കാലികമാണ്. പൊരുതിക്കൊണ്ടിരിക്കുക എന്നതാണ് ധർമ്മം. വിപ്ലവം വളരെ ദൂരെയാണ്; നമ്മുടെ ജീവിതത്തിൽ അതു സാദ്ധ്യമല്ല; അതുകൊണ്ടു വ്യവസ്ഥയുമായി ഒത്തുതീർപ്പുണ്ടാക്കിക്കളയാം എന്നു ഒരു യഥാർത്ഥ വിപ്ലവകാരിയും വിചാരിക്കുകയില്ല. അങ്ങനെയുള്ളവർ വിപ്ലവം പ്രസംഗിക്കുകയാണെങ്കിൽ അവർ തങ്ങളെയും മറ്റുള്ളവരെയും വഞ്ചിച്ചു ജീവിക്കുന്നവരാണ്. 'നല്ല നാളെ'

ദുരെയായതുകൊണ്ടു ഇന്നത്തെ ക്രൂരതയും തിന്മയും അനീതിയും സഹിച്ചു കഴിയണമെന്നില്ല. ഈ ബോധത്തിൽ ഉണർന്നു കഴിഞ്ഞ വായനക്കാർക്കു കുഞ്ഞപ്പ പട്ടാന്നൂരിന്റെ കവിതകൾ വിമോചനയുദ്ധത്തിൽ പോരാടാനുള്ള ഊർജ്ജം നല്കും. അതുതന്നെയാണ് കവി ആഗ്രഹിക്കുക. ഇംഗ്ലീഷിലെ Subaltern എന്ന വാക്കിനു പകരമായി സാമൂഹ്യശാസ്ത്രജ്ഞന്മാർ കീഴാളൻ എന്ന വാക്ക് ഉപയോഗിക്കാറുണ്ട്. സാങ്കേതികമായി, സൈന്യത്തിൽ ക്യാപ്റ്റൻ പദവിക്കു കീഴിലുള്ള സൈനികരെയാണ് Subaltern എന്ന ശബ്ദംകൊണ്ടു വ്യവഹരിക്കുന്നത്. പക്ഷേ, നാം ഇവിടെ വിശാലമായ അർത്ഥത്തിൽ സമ്പത്ത്, മതം, ജാതി, തൊഴിൽ, ഭാഷ, വർണ്ണം, ലൈംഗികത എന്നീ ഘടകങ്ങൾ മുൻനിർത്തി ഏതെങ്കിലും തരത്തിൽ വിവേചനത്തിനു വിധേയരായ എല്ലാവരെയും കുറിക്കുന്നു. മനുഷ്യവർഗ്ഗത്തെയാകെ വിമോചിപ്പിക്കാതെ തൊഴിലാളിവർഗ്ഗത്തിന് തങ്ങളെ വിമോചിപ്പിക്കാൻ സാദ്ധ്യമല്ല. അടിയാളൻ മേലാളൻ ആകുന്ന പ്രശ്നമില്ല. എല്ലാവരും സ്വതന്ത്രമനുഷ്യരാകും എന്നാണ് സിദ്ധാന്തം. ഇതൊരു സാങ്കല്പിക വ്യവസ്ഥയാണെങ്കിൽപ്പോലും അത് ഇന്ന് ആവശ്യപ്പെടുന്ന മൂല്യബോധമുള്ള ജീവിതം മാത്രമേ സാർത്ഥകമാവുകയുള്ളൂ. കുഞ്ഞപ്പ പട്ടാന്നൂരിന്റെ ഈ കവിതകൾ അത്തരമൊരു ഉൾക്കാഴ്ച ഉൾക്കൊള്ളുന്നതുകൊണ്ടു ആധുനിക മലയാള സാഹിത്യത്തിനു അമൂല്യമായ സംഭാവനയാണ്. ഈ സമാഹാരം കാവ്യാസ്വാദകരുടെ മുമ്പിൽ അതിയായ ആഹ്ലാദത്തോടും അഭിമാനത്തോടുംകൂടി അവതരിപ്പിച്ചുകൊള്ളുന്നു.

ഭൂമിയിലെ വാസത്തിന്റെ പാട്ടുകാരാ!

ഞാൻ
അറിയാക്കടലുകളുടെയാഴം തേടിനടക്കേ
അലകടലുകളുടെയാഴം തേടിനടക്കേ
അലകടലുകളുടെയലമുറപാടും ഗീതം തേടിനടക്കേ
നിന്നെക്കണ്ടു;
ചെമ്പയിരുകളുദയം കാത്തുകിടക്കും
ചിലിയുടെ ധീരമനസ്സിൽ
പൊരുതി മരിച്ചു ജനിക്കും
സ്പെയി'നിൽ ചോരച്ചുടലകളിൽ
പൊരുതിപ്പടരും തീപ്പൊരിയായ്
കാഹളമൂതും കാറ്റായ്
നിന്നെക്കണ്ടു ഞാൻ
നിന്നെക്കേട്ടു ഞാൻ....

കണ്ണീരുപ്പുകലർന്നു നനഞ്ഞൊരു-
ചിലിയുടെ തീരക്കാറ്റുകളിൽ
ശാന്തസമുദ്രത്തിരകളിലാകെയശാന്തം
തേങ്ങിയലയ്ക്കും കാറ്റുകളിൽ
ക്രൂരവിഷാദസ്പന്ദനവും
കോടക്കാറിൻ കാളിമയും
കോരിനിറച്ചവനല്ലോ നീ പാബ്ലോ!

ലാറ്റിൻ വൻകരയുടെ ചോരഞരമ്പുകളിൽ
ഊതിയുണർത്തീ നീയൊരു വിധിവാക്യം-
ഇന്നിൻ തടവറയെല്ലാം

നാളെ ജനിക്കും വിജയകവാടം[2]!
യുഗപീഡകളുടെ ചോരക്കുരിശുകളിൽ
നക്ഷത്രക്കൊടി നാട്ടി വിളിച്ചുപറഞ്ഞു നീ-
പൊരുതുക!
പൊരുതിപ്പൊരുതിപ്പടർന്നു കത്തി ജയിക്കൂ!
ക്യൂബൻ വനഭൂമിയിൽ
ആ വിളി മാറ്റൊലിക്കൊണ്ടു
ആ വിളിയുടെയാഘാതത്തിൽ
ആജ്ഞാപിക്കും താടികളുടെ-
യജയ്യ സ്വപ്നം
അവിടെ വിടർന്നു....
ഉറുഗ്വായിൽ
പെരഗ്വായിൽ
ആ വിളിതന്നെയുണർന്നു തുടിച്ചു-

അദ്ധ്വാനത്തിൻ പാതയിലൂടെ നടന്നേ പോയവർ
പാതയ്ക്കിരുവശവും വായ പിളർന്നു കിടന്ന മഹാ-
ഗർത്തം പൂകി മറഞ്ഞേ പോയവർ
അവർ
ആകെയുണർന്നു വിളിക്കേ
ആഴങ്ങളുടെ യാഴത്തിൽനിന്നുമുണർന്നു വിളിക്കേ
അവരുടെ നിശ്ശബ്ദനാവുകളുടെ[3] നാദം പാടാൻ
വന്നവനല്ലോ നീ പാബ്ലോ!
പ്രേമനിരാശാഗാനം[4] പാടി ജനിച്ചവനന്നൊരു-
സ്വപ്നകുമാരൻ നീ.
പിന്നെ
വെടിയുപ്പിൻ ക്രൂരതയും
മാനവരോദനവും
നീറിയെരിഞ്ഞു
നിന്റെ കിനാവിൻ താഴ്വരയിൽ
പിന്നെപ്പിന്നെ
നീറിയുണർന്നൊരു-
നൊമ്പരമായ്
ചുഴലിക്കാറ്റായ്
തീയായ്
വൻകരയാകെച്ചീറിയടിച്ചു പടർന്നു നീ!
ചെമ്പയിരുകളുറ്റം കൊള്ളും
ചിലിയൻ മണ്ണു തിളച്ചു
ശാന്തതമാത്രം പാടിയ

ശാന്തസമുദ്രം കോളുകൾകൊണ്ടു...
പാബ്ലോ!
ചെന്നായകൾ നരമാംസം തേടിനടക്കും
ഈ നൂറ്റാണ്ടിന്റെ വനത്തിൽ
സ്നേഹത്തിൻ രോഷത്തിൻ തോക്കുകളാൽ
ആയുധമേന്തിക്കരുതി നടന്നൊരു-
പൊരുതി നടന്നൊരു മലവേടൻ നീ!
ഞങ്ങൾ
ഈ മലമക്കൾക്കോ
നീയൊരു നായകനല്ലോ!
ഈ മലമക്കൾക്കൊരു പുലരി കൊരുക്കാൻ
പുലരിക്കതിരുകളാൽ മഞ്ചാടിക്കുരുമാലകൊരുത്തൊരു
നടനമൊരുക്കാൻ
പാടിപ്പൊരുതിയ ഭൂമിയിൽ വാസക്കാരാ![5]
നീ
ഞങ്ങൾക്കൊരു ജേതാവല്ലോ!
ചെമ്പയിരുകളുദയം കാത്തുതുടിക്കും
ചിലിയൻ മണ്ണിന്നുയിരു കൊടുത്തൊരു
ചോരക്കുഴലേ,
നീ ചിന്തിയ ചുവന്ന ധീരത
ഞങ്ങടെ സിരകളിലൊഴുകും
യുഗധീരതയല്ലേ?
പാബ്ലോ!
നമുക്കു നാളെ കാണാം
നാളെ,
ഇരുണ്ട രാവുമരിക്കും
ഇണചേരും കുടിലതയോടിയൊളിക്കും
ജേതാവാം നാളെ!
നാളെകളുടെ നാഭിച്ചുഴിയിൽ
ധീരതയായ്
ഞങ്ങൾ ജനിക്കും
അപ്പോൾ
പാബ്ലോ!
അവിടെ കാണാം
നമുക്കു വീണ്ടും
നാളെ!

കുറിപ്പുകൾ:-

1. സ്പെയിനിലെ ആഭ്യന്തരയുദ്ധം ഓർക്കുക, 'സ്പെയിൻ എന്റെ ഹൃദയത്തിൽ' (Spain in my Heart) എന്ന നെരൂദയുടെ പ്രതിജ്ഞാബദ്ധ കവിതയും.
2. 'Today's gallows, Tomarrow's victories' എന്ന നെരൂദയുടെ പ്രതിജ്ഞാബദ്ധ കവിത.
3. നെരൂദയുടെ വാക്കുകൾ.
   'I came to speak for your dead mouths'
4. 'ഇരുപതു പ്രണയ കവിതകളും ഒരു നിരാശാഗീതവും'
5. ഭൂമിയിൽ വാസം; (Living on Earth.)

പ്രണയത്തിന്റെ പുതിയ ഗീതം

എന്റെ നിശാനിനവുകളിൽ
ഇന്നൊരു താരകയല്ലല്ലോ നീ
എന്റെ പകൽക്കാറ്റുകളിൽ
ഇന്നൊരു വാസനയല്ലല്ലോ നീ
എന്റെ കടൽക്കോളുകളിൽ
ഇന്നൊരു തിരമാലയുമല്ലല്ലോ നീ.

കനലെരിയുമ്പോൾ
കാടുകൾ പൂക്കുമ്പോൾ
കടലല പാടുമ്പോൾ
നിന്നെപ്പറ്റി
നീയാം താരകത്തെപ്പറ്റി
തരുണവസന്തം പെറ്റ സുഗന്ധത്തെപ്പറ്റി
തിരമാല കനത്ത കിനാവുകളെപ്പറ്റി
പിന്നെയുമെന്തേ ഹൃദയം തുടി കൊട്ടാൻ?

ഏതോ പാഴാകാശവനത്തിൽ
പാതിവിടർന്നു കൊഴിഞ്ഞൊരു പവിഴപ്പൂവല്ലേ നീ?
ഏതോ നീലനിശീഥം
തേങ്ങിയുണർത്തിയ പാവം പല്ലവിയല്ലേ നീ?
ഏതോ താരാട്ടിൻ സൗമ്യത താലോലിച്ചൊരു
താല്ക്കാലിക സാന്ത്വനമല്ലേ നീ?
(കണ്ണുകളേ, നനവൊപ്പുക:

നാഡിമിടിപ്പിൽ നാളേക്കായ്
വെടിയുപ്പു നിറയ്ക്കുക
കാതുകളേ, മൃദുഗീതം ചിന്തുക
രണഭേരി പകയ്ക്കും
കുരുതിക്കഥ പാടുക!
പൗരുഷവീര്യം പൊരുതിമരിക്കും
പകലിൻ പാണ്ഡവവീഥികളിൽ
ധീരമനസ്സേ,
ധിക്കാരത്താലിതിഹാസങ്ങളൊരുക്കാൻ
കല്പനയെക്കുരുഭൂമികളാക്കുക!
ചോരക്കുഴലുകളേ,
കൊന്നും തിന്നും പകിട കളിച്ചും
കാലം ചെന്ന കഴിഞ്ഞ യുഗത്തിൻ
കല്ലറതോറുമുറങ്ങാതുണരും
പ്രതികാരങ്ങളെ വീണ്ടുമുണർത്തുക!)

താറുരുകും തെരുവുകളിലൂടെ നടന്നേ പോകേ
തെരുവുകളുടെ രോഷം ഭൂമി കുലുക്കി-
ത്താരുണ്യം തടവറ ചാടിത്തകരും
മതിലുകളിൽ ചോരവിളക്കുകൾ വിരൽ ചൂണ്ടി-
പ്പൊരുതിനടക്കും തെരുവിന്നിടവഴിയിലൂടെ നടന്നേ പോകെ,
എന്റെ നിശാനിനവുകളിൽ
നീയൊരു താരകയാവില്ലല്ലോ....
എന്റെ പകൽക്കാറ്റുകളിൽ
നീയൊരു വാസനയാവില്ലല്ലോ....
എന്റെ കടൽക്കോളുകളിൽ
നീയൊരു തിരമാലയുമാവില്ലല്ലോ....
(ഇന്നലെ വന്നു ചിരിച്ച നിലാവുകളേ, നിഴലുകളേ, വിട!
ഇന്നിന്നിടവഴിതോറും കുരുതിക്കളമെഴുതും
വെയിലുകളേ വരു, വേർപ്പുകളേ വരു!)

എന്റെ ചുകന്ന കിനാവിൻ സമതലഭൂമികളിൽ
തേരു തെളിക്കും സാരഥിയാവാൻ
വരുമോ സഖി?
എന്റെ മഹാമോഹത്തിൻ കുന്നുകളിൽ
കൊടികളുയർത്തും കാറ്റിൻ ധീരതയാവാൻ
വരുമോ സഖി?
താരുണ്യത്തിൻ താഴ്വര പൂക്കും രാവിൽ
കാലത്തിൻ കാഹളമൊരു കാകളിയാക്കി-

ക്കരളിലുണർത്തിപ്പാടാൻ
വരുമോ സഖി?
തടവറ താലോലിക്കും കൊടുംപീഡകളിൽ
കണ്ണീരും കാറും കോളും
ക്രോധം കൊള്ളും കടലായ്പ്പാടാൻ
വരുമോ സഖി?
വരുവാൻ കഴിവുണ്ടെങ്കിൽ
കാലവുമൊപ്പം ഞാനും നിന്നെ
കാത്തേ നില്പൂ!

തിരുവനന്തപുരം–74

രക്തസാക്ഷിമണ്ഡപത്തിൽ
പള്ളിയും പള്ളിയും പരസ്പരം നോക്കി നില്ക്കുന്ന
പാളയം മുക്കിൽ
ആകാശത്തേക്കുയർത്തിയ മുഷ്ടിപോലെ
ഈ മണ്ഡപം.
ജീവിക്കാൻവേണ്ടി മരിച്ചവർ
മരിക്കാതിരിക്കാൻ ജീവിച്ചവർ
ഈ സിമന്റു ഗോപുരത്തിന്റെ
ക്രൂരമായ നിശ്ശബ്ദതയിൽ
തകർന്നുറങ്ങുമ്പോൾ
ഇന്നിന്റെ പുത്രന്മാർ
ഇന്നലെകളുടെ കുരുതിപ്പാടുകൾ കാണാത്തവർ
നാളെകളുടെ നക്ഷത്രവീര്യം നഷ്ടപ്പെട്ടവർ
ഇവിടെ
സിമന്റു ഗോപുരത്തിന്റെ
തണുത്ത തറയിൽ
തളർന്നു തേങ്ങുമ്പോൾ
എന്റെ ആകാശമേഘങ്ങളിൽ
ചുഴലിക്കാറ്റുകൾ പിറവികൊള്ളുന്നു....
എന്റെ ആഹ്ലാദ ഗീതങ്ങളിൽ
ചെങ്കടലുകൾ കോളുകൊള്ളുന്നു.....
തണുത്ത സിമന്റുതറയിൽ
തളർന്നു മയങ്ങുന്ന

വർത്തമാനത്തിന്റെ പുത്രന്മാരേ,
ഭാവിയുടെ ഗോപുരങ്ങൾ നിങ്ങളെ കാത്തിരിക്കുന്നു!
ജീവിച്ചുകൊണ്ടു മരിക്കാതെ മരിച്ചുകൊണ്ടുജീവിക്കുന്ന
ജീവിക്കാതെ രക്തസാക്ഷികളാവുന്ന
കാലഘട്ടത്തിന്റെ വെറും മാപ്പുസാക്ഷികളേ,
കാലത്തിന്റെ രാജമല്ലികൾ
നിങ്ങളെ കാത്തിരിക്കുന്നു!

മഹാത്മാഗാന്ധി റോഡിലൂടെ

രക്തം പുരണ്ട നിമിഷങ്ങളുടെ ഭാരം ചുമന്ന്
ഗാന്ധിയെന്ന പാവത്തിന്റെ പേരുള്ള റോഡിലൂടെ ഇടറിപ്പോകുന്ന
ഇന്ത്യൻ പ്രഭാതങ്ങൾ
കർക്കിടകം മുട്ടയിട്ട തിരുനാളിന്റെ ഓർമ്മകളിൽ
കുഷ്ഠം ചലം ചുരത്തുന്ന തേരോട്ടത്തിന്റെ നൊമ്പരങ്ങളിൽ
പേക്കിനാവു കണ്ടുപേടിച്ചും പകച്ചുനിലവിളിച്ചും
പതറിപ്പോവുന്ന
ഇന്ത്യൻ പാതിരകൾ
ഓടകളിൽ പെരുകുന്ന അട്ടകളെ താലോലിക്കാൻ
ഓളങ്ങളിൽ പടരുന്ന ഉദയത്തെ കുഴിച്ചുമൂടാൻ
കുറുവടിയും കൊലവിളിയുമായി
ഖദറിൽ പൊതിഞ്ഞ കൈബോംബുകളുമായി
ഇരുട്ടിൽ പതുങ്ങുന്ന
ഇന്ത്യൻ നട്ടുച്ചകൾ
ഈ പാതയിലും
ഉദയത്തിന്റെ ചങ്കൂറ്റം
സടകുടഞ്ഞുണരാൻ തുടങ്ങിയിരിക്കുന്നു....
ഈ റോഡിലുടനീളം
കൊട്ടാരം കാക്കുന്ന പട്ടികളുടെ കണ്ണിനുനേരെ
കല്ലേറുകൾ ഉയരാൻ തുടങ്ങിയിരിക്കുന്നു....
ഈ വീഥിയിലെമ്പാടും
രാജഭവനത്തിന്റെ തോപ്പിൽ കൊഞ്ഞനം കാട്ടുന്ന
കുരങ്ങന്മാരുടെ വാലിൽ വാണം കൊളുത്താൻ
തീയടുപ്പുകൾ തുടുക്കാൻ തുടങ്ങിയിരിക്കുന്നു....
സുൽത്താൻ ഭരിച്ച കോട്ടയിലെ
സുന്ദരിയായ യക്ഷിണിയുടെയന്തപ്പുരത്തിൽ
കാവൽ കിടന്നു കവാത്തു നടത്തുന്ന ഷണ്ഡന്മാരെ
പരസ്പരം ബന്ധിച്ച്
ഈ മഹത്വമുള്ള റോഡിലൂടെ പതുക്കെ നടത്തിച്ച്

തോലുരിവോളം താലോലിക്കാൻ സമയം വൈകുന്ന
ഇന്ത്യൻ സായാഹ്നങ്ങൾ.

ചെങ്കൽച്ചൂള

ശാന്തിനഗറിന്നമ്പതടി മാത്രം ദൂരെ
മാതൃകാവിദ്യാലയത്തിനിപ്പുറമഞ്ചടി മാത്രം ദൂരെ
മാന്യജീവിത മഹാകാഷ്ഠം പോലെ
ഈ ചൂള നീറുന്നു
ശാസ്താം കോവിൽ തുറക്കും ചന്ദനകവാടങ്ങൾ
ശംഖുവിളി മുഴങ്ങി വീർക്കും സംസ്കൃതവാടങ്ങൾ
ഈ ചൂളയിലെരിയും കടുത്തരോഷത്തിൽ
ഊർദ്ധ്വം വലിക്കുന്ന കാഴ്ചകാണാൻ
ഊഴമായില്ലേ, കാലമേ?
വൈകൃതങ്ങളുടെ ഭ്രൂണപാത്രത്തിലൊരു
വിഭീഷണൻ വളരുന്നു....
കാളിയുടെ മാറിടം കീറാനൊരു
ദാരികൻ വളരുന്നു.
അവതാരങ്ങളവസാനിച്ചിട്ടില്ലെന്നറിയുക
കാലപേടകം കെട്ടിത്താഴ്ത്തി
കാലത്തിന്റെ കഥയിൽ ചാണകം ചിന്തുന്ന
തള്ളപ്പശുവിന്റെ കഴുത്തിൽ
പല്ലുകളാഴ്ത്താൻ
പുലിക്കുട്ടികൾ വളരുന്നു
ഈ ചൂള
ഇനിയുമിങ്ങനെ
നിശ്ശബ്ദരോഷം പോലെ
നീറിയാൽപ്പോരാ,
കോൺക്രീറ്റ് കൊട്ടാരങ്ങളെ ചുട്ടെരിക്കുന്ന
ക്രോധമായും കനലായും കരുത്തായും
ഈ ചൂള മാറാൻ
കാലമായിരിക്കുന്നു.
പുതിയകാലമായിരിക്കുന്നു.

എന്റെ ഗ്രാമം, ഗ്രാമങ്ങൾ

പുതുമഴയ്ക്കുണരുന്ന
പുതിയ ജൈവസ്വപ്നങ്ങൾ കണ്ണുതുറക്കുന്ന
എന്റെ ഗ്രാമം
എന്റെ ഗ്രാമത്തിന്റെ കണ്ണുകളിൽ
കാലത്തിന്റെ കാഠിന്യം
കനൽ കത്തുന്ന കാഴ്ചകൾ
രാത്രികൾ തോറും പകലുകൾ തോറും
വിഷനഖമായ്
കരിമുഖമായ്
കഴുകൻ കൊക്കിൻ ക്രൂരതയായ്
വേഷം മാറും കാഴ്ചകൾ–
ഈ കാഴ്ചകളിൽ
ഈ ഗ്രാമം ഇന്നുണരുന്നു....
ഇന്നീ ഗ്രാമത്തിൻ ശുദ്ധജലത്തിൽ
ചോര കലങ്ങുന്നു....
ഇന്നീ ഗ്രാമത്തിൻ തോപ്പുകളിൽ
കരടികൾ മേഞ്ഞു നടക്കുന്നു....
ഇന്നലെവരെ സ്വസ്ഥമായിരുന്ന എന്റെ ഗ്രാമത്തിന്റെ
വൈദ്യുതിയില്ലാത്ത ഇടവഴിയിലൂടെ
ഇന്നലെ രാത്രി ഞാൻ നടന്നുപോകുമ്പോൾ
ധൃതിവെച്ചടിവെച്ചിരുന്ന എന്റെ കാലുകൾ
പരിചിതമല്ലാത്ത ഏതോ വസ്തുവിൽ പരിചയപ്പെട്ടു.
മുറിഞ്ഞുകിടന്നു പിടയുന്ന ഒരു കാൽ!

അല്പനിമിഷം മുമ്പുവരെ
എന്റെ കാലിനെപ്പോലെ തന്നെ ഇരുട്ടിലൂടെ
നടക്കാനർഹതയുണ്ടായിരുന്ന
എന്റെ കാലിന്റെ സഹയാത്രികനാവാനവകാശമുള്ള
ഒരു കാലായിരുന്നു അത്.
യൗവനമുള്ള ഒരു കാൽ!

ഇന്നലെ പ്രഭാതത്തിൽ പുഴയിൽ മുങ്ങിക്കുളിക്കുമ്പോൾ
കണ്ണടച്ചു മുങ്ങിയിരുന്ന എന്റെ കണ്ണുകൾക്ക് താഴെ
മുഖത്തിനു മുമ്പിൽ
ഒരു പതുപതുത്ത സാധനം വന്നുനിന്നപ്പോൾ
സ്വയം തുറന്ന എന്റെ കണ്ണുകൾ കണ്ടു:
അറുത്തെറിയപ്പെട്ട ഒരു നാവ്!
അല്പനിമിഷം മുമ്പ് വരെ
സ്വന്തം ശബ്ദം നിശ്ശബ്ദമാവാനനുവദിക്കാത്ത
ഒരു മനുഷ്യന്റെ നാവായിരുന്നു അത്......
മൂർച്ചയുള്ള ഒരു നാവ്!

ഏകാന്തസുന്ദരമായ എന്റെ ഗ്രാമത്തിന്റെ
ഊടുവഴികളിലൂടെ
ഇന്നലെ വൈകുന്നേരം സായാഹ്നസവാരിക്കിറങ്ങിയ
എന്റെ വിശ്രമം
കാട്ടുപൂക്കളുടെ ഗന്ധം മാത്രം പരിചയിച്ച പരിസരങ്ങളിൽ
എങ്ങുനിന്നോ അജ്ഞാതമായൊരു ഗന്ധം ഇടറിയെത്തി
കണ്ണീരും മുലപ്പാലും വെടിമരുന്നിൽ കൂടിക്കലർന്ന
ഈർപ്പത്തിന്റെ ഗന്ധമായിരുന്നു അത്–
ദാരുണമായ മാതൃത്വത്തിന്റെ ഗന്ധം!

ഇതാണ് എന്റെ ഗ്രാമം ഗ്രാമങ്ങൾ.
എന്റെ നാദഗന്ധസ്പർശങ്ങളിൽ
ഞാനനുഭവിക്കുന്ന എന്റെ ഗ്രാമം ഇതാണ് ഇതാണ്.
(നാദഗന്ധരുചികളെപ്പറ്റി ഗീതകം രചിക്കുന്ന കൂട്ടരേ,
ഇതാണെന്റെ നാദഗന്ധരുചികൾ, ഇതാണ്)

ഇതാണെന്റെ ഗ്രാമം, ഗ്രാമങ്ങൾ
ഇവിടെ ചരിത്രം
അനുഗ്രഹം ചൊരിയുന്ന ഒരു ദേവതയായി ഒരിക്കലും
ഇറങ്ങിവരില്ല
ഇവിടെ ചരിത്രം
ആയുധം ധരിച്ച ഒരു യോദ്ധാവായേ
കടന്നുവരൂ

II

കർക്കിടകം ഭീകരമായ ചിറകുകളുമായി
എന്റെ ഗ്രാമത്തെ ചുറ്റിപ്പറക്കുന്നു
കറുത്ത പുള്ളികളുള്ള ശൈത്യം
ഒരു വിഷജന്തുവെപ്പോലെ ഇഴഞ്ഞെത്തുന്നു
വിശപ്പും വിഹ്വലതയും ദുഃഖവും ഭീതിയും
പകർച്ചവ്യാധികളെപ്പോലെ
ജീവിതങ്ങളിൽ പടരുന്നു.
ജീർണ്ണതയുടെ ഇരുട്ടറകൾതോറും
കൃമികളും കീടങ്ങളും മുട്ടയിട്ടു പെരുകുന്നു.
അപ്പോഴും,
കന്നിനിലാവിന്റെ വിദൂരമോഹങ്ങൾ
അകാലത്തിലവസാനിക്കുന്ന യൗവനംപോലെ
കരിഞ്ഞവസാനിക്കുമ്പോഴും
മഴമേഘത്തിന്റെ മോഹങ്ങളിൽ
നാളെകൾ ആയുധമണിയുന്നു....
ഉറക്കം നഷ്ടപ്പെട്ട ഇരുണ്ട രാത്രിയുടെ
ഉൽക്കണ്ഠപോലെ ഇവിടെ ജീവിതം
ഒരിക്കൽ ആഘാതമേറ്റ കുട്ടിയുടെ അകാരണ
ഭീതിപോലെ ഇവിടെ ജീവിതം

III

അകന്നും ഒറ്റപ്പെട്ടും അലഞ്ഞ മേഘങ്ങൾ
ആകാശങ്ങളിൽ
എന്റെ ഗ്രാമത്തിന്റെ ആകാശങ്ങളിൽ
ഒന്നിക്കുന്നു.
വരുമെന്നുറപ്പുള്ള കാലവർഷത്തെ
കരിംചിറകുകളിൽ തടഞ്ഞുതകർക്കാൻ
കഴുകന്മാർ
ആകാശങ്ങളിൽ പറന്നു ചുറ്റുമ്പോഴും
ആകാശത്തിന്റെ ആളൊഴിഞ്ഞ കോണുകളിൽ
ഒന്നിക്കുന്ന മേഘങ്ങൾ
ആയുധങ്ങൾക്ക് മൂർച്ച കൂട്ടുന്നു.
ഇന്നത്തെ അവസ്ഥയുടെ തെരുവുതിണ്ണകളിൽ
അടിഞ്ഞുകൂടുന്ന അജ്ഞാതശവങ്ങളെല്ലാം
ഉയിർത്തെഴുന്നേല്ക്കുന്ന കാലം വരും
ഇന്നത്തെ അസ്തിത്വത്തിന്റെ അഴുക്കുചാലുകളിൽ

അസ്തമിക്കുന്ന
അനാഥപുഷ്പങ്ങളെല്ലാം
ഉണർന്നുചിരിക്കുന്ന കാലംവരും
കാലവർഷം വരും
അഴുക്കും അമ്മായിയമ്മയുടെ വേദാന്തവും തെമ്മാടിത്തവും
ചുവന്ന തെരുവും ഫാഷൻ പരേഡും പട്ടിപ്രദർശനവും
പുട്ടപർത്തിയും കന്നുകാലികളും എല്ലാം
ഒന്നിച്ചൊലിച്ചു പോകുന്ന കാലവർഷം വരും
കാലവർഷംവരും
കാരണം
ആകാശങ്ങളിൽ മേഘങ്ങൾ
ആഹ്വാനം കാത്തിരിക്കുകയാണ്.

പ്രവാസത്തിന്റെ അവസാനത്തിൽ

പ്രവാസത്തിന്റെ ഇലകൾ കൊഴിഞ്ഞുതീരുന്ന
ഈ വേനൽ സന്ധ്യയിൽ
ഇവിടെ വീണ്ടും ഞാനും ഈ പുഴയും
ഈ പുഴയോരത്തെ ശ്മശാനപുഷ്പങ്ങൾ പോലെ
എന്റെ ഓർമ്മകൾ.
ഓർമ്മകളിൽ നീയും നിന്നെക്കുറിച്ചുള്ള സ്വപ്നങ്ങളും
സ്വപ്നങ്ങളിൽ
പോയ പുലർകാലത്തിന്റെ പൂഴിപ്പരപ്പും
കൗമാരത്തിന്റെ വെള്ളാരങ്കല്ലുകളും.
കുട്ടീ,
ഇന്ന്
എല്ലാം മാറിപ്പോയിരിക്കുന്നു....
അന്നെന്റെ മോഹംപോലെ
ഈ പുഴയുടെ സംഗീതം.
ഇന്നു പുഴയുടെ സംഗീതം
പഴയ സംഗീതമല്ല.
അന്നെന്റെ ആഹ്ളാദംപോലെ
ഈ പുഴയുടെ ഓളങ്ങൾ
ഇന്നു പുഴയുടെ ഓളങ്ങൾ
പഴയ ഓളങ്ങളല്ല.
പ്രവാസത്തിന്റെ പക്ഷികൾ പറന്നുപോകുന്ന
ഈ ഋതുസന്ധ്യയിൽ
നാവുമുറിഞ്ഞ ഗാനം ചിറകടിക്കുന്ന ഈ വാനം

എന്റെ മനസ്സാകുന്നു....
ഏതോ തടവറയിൽ തകരുന്ന മാംസപേശികളുടെ
ചുകന്ന രോദനത്തിന്റെ തീനാളം
എന്റെ ഹൃദയമാണിന്ന്....
രഥോത്സവത്തിന്റെ കർപ്പൂരഗന്ധങ്ങളിൽ
കടന്നാക്രമണം പോലെ കടന്നുവന്ന
ഗന്ധകജ്വാലകൾ
എന്റെ ചിന്തകളാണിന്ന്....
ശാന്തിമന്ത്രം മാത്രം ഉരുക്കഴിച്ച് ശീലിച്ച
എന്റെ പുഴയുടെ
അറിയാത്ത അടിയൊഴുക്കുകൾ
ഏതോ തയ്യാറെടുപ്പിന്റെ ശാന്തമല്ലാത്ത
ശബ്ദമില്ലാത്ത മുന്നേറ്റമാണിന്ന്....
കുട്ടീ,
ഇന്നെല്ലാം മാറിപ്പോയിരിക്കുന്നു.
നമ്മുടെ പഴയകാലവും നമ്മുടെ പഴയ
സ്വപ്നങ്ങളും നമ്മുടെ പഴയ
ഓർമ്മകളുടെ നിറങ്ങൾപോലും
ഇന്നു മാറിപ്പോയിരിക്കുന്നു....
ഈ പുഴയ്ക്ക്
നമ്മുടെ തലമുറയുടെ ചോരയുടെ
നിറമുണ്ടെന്നറിയുമോ നിനക്ക്?
ഈ ശ്വാസവായുവിൽ
ആയിരം വിഹ്വല മാതാക്കളുടെ
അശാന്തരോദനങ്ങൾ
അലമുറയിടുന്നുണ്ടെന്നറിയുമോ നിനക്ക്?
ഈർപ്പമുള്ള ഈ മണ്ണിന്റെ നിലവറയിൽ
അരിവാളുകൾക്കുയിരിന്റെ
മൂർച്ച നല്കി കാത്തിരിക്കുന്ന
ആയിരം കന്യകമാരുണ്ടെന്നറിയുമോ നിനക്ക്?
എല്ലാം നീ അറിയണം
എന്റെ സ്വപനങ്ങൾക്ക് കൂട്ടുകാരിയാവാൻ
എന്റെ ധിക്കാരങ്ങൾക്ക് പങ്കുകാരിയാവാൻ
ഈ വർത്തമാനത്തിന്റെ പുത്രിയാവണം നീ
ഈ വർത്തമാനത്തിന്റെ പുത്രിയാവാൻ
നീ എല്ലാം അറിയണം
(ഓമനേ,
നമ്മൾ കൊരുക്കാൻ കൊതിച്ച കിനാവിന്റെ മാലകൾ
പാടേ മറക്കുക.

നീലനിലാവും നീഴൽ വീണ പാതയും
പാതയോരത്തെ മധുരമാം കാത്തിരിപ്പിന്റെ നിറങ്ങളും
പാടേ മറക്കുക!)

ഇതുകൂടി നീ അറിയണം:
നമ്മൾ കാത്തിരുന്ന
ചൈത്രത്തിന്റെ വനവീഥിയിൽ
ഒറ്റമുലച്ചിയായ ഒരു ശിശിരം
കടന്നുവന്നിരിക്കുന്നു,
കുടിലമായി കടന്നു വന്നിരിക്കുന്നു.

എല്ലാം നീ അറിയണം,
എല്ലാം.

സ്നേഹലതാ റെഡ്ഡി

ബോധിവൃക്ഷത്തണലിൽ ചിറകടിച്ചു തകർന്ന
സ്നേഹവേദന പോലെ
ഗംഗാജലത്തിൽ മുങ്ങിമരിച്ച
തീർത്ഥവിഹ്വലത പോലെ
ഇന്ത്യൻ രാത്രിയുടെ ഇരുണ്ട നാലാംയാമത്തിൽ
സ്നേഹലതാ
നീ
അവസാനിച്ചു.

പട്ടാഭി[1]ക്കു പത്നിയായ സ്നേഹലതാ
കൊനാരക്കി[2]ന്നമ്മയായ സ്നേഹലതാ
നന്ദന[3]യ്ക്കെല്ലാമായിരുന്ന സ്നേഹലതാ
ഇന്ത്യൻ രാത്രിയുടെ ഇരുണ്ട നാലാംയാമത്തിൽ
നീ
അവസാനിച്ചു.

ചീവീടുകൾ തുളയ്ക്കുന്ന കൊലവിളികൾ
കണ്ണീർ വിളക്കെരിയുന്ന കുളങ്ങരയിൽ
അടിഞ്ഞവസാനിക്കും
ചിത്രകഥയിലെ വേതാളം നഖമുനകൾ സ്വന്തം നെഞ്ചിലമർത്തി
കാട്ടുപാതയിൽ പിന്നിലേക്കോടിമറഞ്ഞവസാനിക്കും
അപ്പോൾ സ്നേഹലതാ
നിലാവിലൊരു കന്യകപോലെ നീ നൃത്തമാടും....
ചരിത്രം വിത്തെറിഞ്ഞ പ്രതികാരത്തിന്റെ
ഈ ധീരപുഷ്പങ്ങൾ
നിനക്കുവേണ്ടി !

അരിഞ്ഞെറിയപ്പെടാത്ത നാവിൽ പിറവികൊള്ളുന്ന
ഈ ചുവന്ന ചുഴലികൾ
നിനക്കുവേണ്ടി!

കുറിപ്പുകൾ:

ചലച്ചിത്രനടിയും നർത്തകിയുമായ സ്നേഹലതാറെഡ്ഡിയെക്കുറിച്ചുള്ള ഓർമ്മക്കുറിപ്പാണ് ഈ കവിത.

1. സ്നേഹലതയുടെ ഭർത്താവ്
2. സ്നേഹലതയുടെ മകൻ
3. സ്നേഹലതയുടെ മകൾ

കാവുമ്പായി

ഇപ്പോഴും
കുന്നുകളിൽ പൂവുകളോ?
ഇപ്പോഴും
പൂവുകളിൽ ചോരത്തുള്ളികളോ?
ചോരത്തുള്ളികളിൽ തെളിയൂറി വരുന്ന
ചരിത്രം
ഇപ്പോഴും
നിന്റെ മുഖം?
മകനേ,
ഇപ്പോഴും
നിന്റെ മുഖം?
പീഡകളെരിയും ചുടലക്കാടുകളിൽ പൂക്കും പുലരിത്താരക
ഇപ്പോഴും
നിന്റെ മുഖം?
തിരമാലകളിൽ തളരാതെ ചവിട്ടിത്താണ്ഡവമാടും പീലിത്തിരുമുടി
ഇപ്പോഴും
നിന്റെ മുഖം!
രക്തകുടീരത്തിന്നോമനമകനേ,
ഇപ്പോഴും
നിന്റെ മുഖം!

ഒരു കാട്ടരുവി
തെളിനീരൊഴുകും കാട്ടരുവി
കാവുമ്പായിക്കുന്നുകളേതോ കഠിനമുഹൂർത്തത്തിൽ

പാടിയുണർത്തിയ കൊച്ചരുവി–
ഈ തെളിനീർ
ആരുടെ ചോര കുതിർന്ന കിനാവിന്നാർദ്രതയെന്നറിയുന്നോ നീ
യാത്രക്കാരാ?
ആരുടെ കണ്ണീരിന്നുദയാസ്തമയങ്ങൾ
ഇത്തെളിനീരിൽ തെളിയുന്നെന്നറിയുന്നോ നീ
യാത്രക്കാരാ?
ആരുടെ പോരാട്ടത്തിൻ പൊരുളൊരു താരാട്ടിന്നീരടിയായ്
ഇത്തെളിനീർമനസ്സു ചുരത്തുന്നെന്നറിയുന്നോ നീ
യാത്രക്കാരാ?
പടകുടീരങ്ങളിൽ ജീവൻ നനച്ചവർ
'ബലികുടീരങ്ങളേ' .... പാടിമറഞ്ഞവർ
മരണമില്ലാത്ത മണിമുഴക്കങ്ങളായ്
സ്മരണയിലിന്നും തിളയ്ക്കും കടലുകൾ
ഒരു കൊടിക്കൂറതൻ നക്ഷത്രജ്വാലകൾ
കുരുതിപ്പറമ്പിലും കാത്തുസൂക്ഷിച്ചവർ
നിങ്ങൾ പകലിൻ പ്രിയമുള്ള മക്കളേ
നിങ്ങൾക്കു പിമ്പേ പിറന്നവർ ഞങ്ങളീ
പകലിന്റെ പേരക്കിടാങ്ങളിൽ
കടലുകൾ
പൂവുകൾ
ഇടിമുഴക്കങ്ങളും
നിങ്ങളാണെറിയുക!
നിങ്ങളിൽ കത്തിയ പകലുകൾ
കത്തിക്കെടാതെ പൊരുതിയ പ്രാണന്റെ പന്തങ്ങൾ
ഞങ്ങൾക്കിരുട്ടിന്റെ നിലയറക്കുണ്ടിലും
മുഷ്ടിചുരുട്ടും കരുത്താണറിയുക!
ഐച്ചേരി വയലുകളിൽ
ആലോലം വയലുകളിൽ
പൊന്നാരം വയലുകളിൽ
പാടുന്നോ പൈങ്കിളികൾ?
പൊന്നാരം വയലുകളിൽ
പാടുന്ന പൈങ്കിളിയേ
നീ പാടും പാട്ടുകളെല്ലാം
പടയോട്ടപ്പാട്ടുകളാണോ?
നീ പാടും പാട്ടുകളെല്ലാം
പണ്ടത്തെ പാട്ടുകളാണോ?
എള്ളെരിഞ്ഞി മലമുകളിൽ

ഇടിവെട്ടിയ ധിക്കാരങ്ങൾ
എള്ളെരിഞ്ഞിക്കാടുകളിൽ
ചുവന്നു പൂത്ത ധീരതകൾ
മലയായ മലയിലെല്ലാം
കത്തിനിന്ന ബോധങ്ങൾ
കാടായ കാട്ടിലെല്ലാം
കാവൽനിന്ന കരുതലുകൾ
കത്തിനില്ക്കും പന്തങ്ങൾ
മുഴങ്ങി നില്ക്കും ശബ്ദങ്ങൾ
ശബ്ദങ്ങൾ
പന്തങ്ങൾ
ധീരതകൾ
ധിക്കാരങ്ങൾ....
        വയലുകളിൽ
        പുഞ്ചക്കതിരുകൾ
        കുന്നുകളോടഭിവാദ്യംപോലെ വളർന്നു-
        കതിരുകളിൽ
        പുതുജീവിതനാളം
        സൂര്യൻപോലെ തിളച്ചുചുവന്നു....
ഇപ്പോഴും
കുന്നുകളിൽ പൂവുകളോ?
ഇപ്പോഴും....?

പലസ്തീൻ

പലസ്തീൻ,
നീ നീറുന്ന ഒരു മുറിവാണ്
നീ കുരുതിച്ചോരയിലുറവെടുക്കുന്ന വറ്റാത്ത കടലാണ്
കഴുകൻ കൊടിമരത്തിന്റെ കാപട്യം നിറഞ്ഞ കൊക്കിനും
നിന്നെ കൊത്തിയെടുക്കാനാവില്ല
മിന്നലാക്രമണത്തിന്റെ വെള്ളിവാൾകൊണ്ടും
നിന്നെ വെട്ടിവീഴ്ത്താനാവില്ല.
വെള്ളമന്ദിരത്തിന്റെ സൂപ്പർസോണിക്കുപജാപങ്ങൾക്കും
പലസ്തീൻ,
ചരിത്രവിഹ്വലമായ നിന്റെ ഒലീവിന്റെ ഹരിത സ്വപ്നങ്ങൾ
കരിച്ചു കളയാനാവില്ല.
ചുഴലികൾക്ക് മുലയൂട്ടുന്ന ചെങ്കടലാണ് നിന്റെ മാറിടം
സഹാറയ്ക്ക് സഖിയായ സീനായ് ചോരയൊഴുക്കുന്ന നിന്റെ
മനസ്സാണ്
ഗിരിവർഗ്ഗ യൗവനത്തിന്റെ അസ്ത്രലക്ഷ്യം പോലെ
ഗോലാൻകുന്നുകൾ
നിന്റെ ചൂണ്ടുവിരൽ
ഗാഗുൽത്തയുടെ മാറിടത്തിൽ മാത്രമല്ല, നീ നിന്റെ കുരിശുയർത്തുന്നു.
നിന്റെ പ്രതികാരത്തിന്റെ പൊള്ളുന്ന കുരിശും
നിന്റെ പ്രഭാവത്തിന്റെ പടരുന്ന കൊടിയും
വരും നൂറ്റാണ്ടിന്റെ വർഗ്ഗബോധത്തിന്റെ പ്രഭാതക്കാറ്റുകളിൽ
ഊതിപ്പടർത്തുന്ന നിന്റെ പ്രാണന്റെ വീര്യവും നിന്റെ
ജീവന്റെ ത്യാഗവും നിന്റെ കണ്ണിന്റെ കാഠിന്യവും പലസ്തീൻ!....

പലസ്തീൻ,
നീ ചുവന്ന ദുഃഖമാണ്
കരിംകടലിന്റെ കൊടുംതിരകൾക്കും
നിന്നെ
കലക്കിക്കളയാനാവില്ല
പലസ്തീൻ,
നീ യൗവനത്തിന്റെ സംഘർഷമാണ്
വായ പിളർന്ന വൻഭയങ്ങൾക്കും
നിന്നെ
വിഴുങ്ങിത്തീർക്കാനാവില്ല.
പലസ്തീൻ,
നീ പ്രഭാതമാണ്
കരിങ്കൽ കൊത്തളത്തിന്റെ കറുത്തുരുണ്ട കൈകൾക്കും
നിന്നെ പിടിച്ചുകെട്ടാനാവില്ല
നീ വിമോചനത്തിന്റെ മഹാമന്ത്രമാണ്, സംഗീതമാണ്
നീ ഈ നൂറ്റാണ്ടിന്റെ വീര്യമുള്ള വിശപ്പാണ്, വിജയമാണ്.
കാലഘട്ടം മുഴുവൻ കാതോർക്കുമ്പോൾ
പലസ്തീൻ,
നിന്റെ പോരാട്ടത്തിന്റെ അവസാനിക്കാത്ത വെടിയൊച്ചകൾ
എന്നെ ഭീതനാക്കുന്നില്ല
കാരണം,
നീ
ഗറില്ല ജീവിക്കുന്ന രക്തഭൂമിയാകുന്നു
ഞാനറിയുന്നു
അറാഫത്തും ജംബ്ളാത്തും ജോർജ്ഹബാഷും നിന്നിലൂടെ
ഞാനറിയുന്നു.
അറബിരക്തത്തിന്റെ ആക്രമണഭാവത്തിന്
അംഗീകാരമുദ്രകളോ? അല്ല
യഹൂദബോധത്തിന്റെ കുടിലപാടവത്തിന്
നിന്ദാസ്തുതി പാഠങ്ങളോ? അല്ല.
മനുഷ്യൻ
മനുഷ്യൻ മാത്രമായ മനുഷ്യന്റെ മോചനം
നക്ഷത്രലക്ഷ്യമായി കത്തിനില്ക്കുന്ന മനസ്സുകൾക്ക്
മരണമില്ലാത്ത ഒരു കുരുതിപ്പൂവുമാത്രം
സ്നേഹത്തിന്റെ ഒരു സാന്ത്വനം മാത്രം
താരുണ്യത്തിന്റെ ഒരു സൗഹൃദം മാത്രം.
പലസ്തീൻ,
നിന്റെ നിലനില്പിന്റെ നാവുകൾ

വരും നൂറ്റാണ്ടിന്റെ വയലുകളിൽ
വളർന്നു ജീവനം തേടുന്നു.
നിന്റെ പ്രതികാരത്തിന്റെ കൈകൾ
ഗ്രനേഡുകളായി മെഷീൻഗണ്ണുകളായി
മർദ്ദകലോകത്തിന്റെ ആകാശങ്ങളെ കിടിലം കൊള്ളിക്കുന്നു.
നിന്റെ ചുവന്ന വചനങ്ങൾ
ആയിരം തടവറകളിൽ
സൂര്യഗായത്രികളൊരുക്കുന്നു
പലസ്തീൻ,
നീ സൂര്യന്റെ മുറിവേറ്റ ഹൃദയമാണ്!

പാട്ടുകളും പൂക്കളെവും

മിഥുനപ്പേമാരിക്കപ്പുറമൊരു പൂമഴയുണ്ടല്ലോ
കർക്കിടകത്തിരശ്ശീലയ്ക്കപ്പുറമൊരു കളിമണ്ഡപമുണ്ടല്ലോ
ഇടവപ്പാതിപ്പാതിരയുടെയക്കരെ നീന്തിയടുക്കാനൊരു
സൂര്യോദയമുണ്ടല്ലോ
അതിനാൽ
ഇനിയും പാട്ടുകൾ പാടാൻ
ഇവിടെ ജനിക്കും ഞാൻ
പാട്ടുകളുടെ വളമേറിയ മണ്ണിൽ
ഒരു നക്ഷത്രച്ചെടി നട്ടുനനയ്ക്കും ഞാൻ
ഇവിടെ ജനിക്കും ഞാൻ
ഓരോമരണവുമെന്നെ മദിച്ചു ചവിട്ടിമെതിച്ചു കടക്കുമ്പോഴും
ഓരോ തവണയുമോരോതവണയുമൊരു ജേതാവായ്
ഇവിടെ ജനിക്കും ഞാൻ.

പാവം മാനവഹൃദയം പാടിയ പുന്നാരക്കിളി
പാടി മറഞ്ഞാലും
പാടലമാനം നോക്കിപ്പലതു കഥിച്ചു തെന്നി നടന്നവർ
പടുകുഴി പുല്കി മറഞ്ഞാലും
പാട്ടുകളിവിടെ മരിക്കില്ലല്ലോ
സഹനം നെഞ്ചിലുണർത്തിയ ചോരപ്പാടിൽ
ഒരു തലമുറയുടെ കദനം കട്ടപിടിച്ചു കിടന്നാലും
ദേവതയായ് വന്നവളുടെ കോമ്പല്ലുകളിൽ
ഒരു തലമുറയുടെ സ്വപ്നം കീറിമുറിഞ്ഞാലും
പാട്ടുകളിവിടെ മരിക്കില്ലല്ലോ

(കർക്കിടകം
ഒരു കാരപ്പഴമായ്ത്തീരുന്നു
കഷ്ടപ്പാടുകൾ
ഒരു കൊന്നപ്പൂവിന്നിതളുകളായ് കൊഴിയുന്നു
പേടികൾ പച്ചോലപ്പാമ്പുകളായ് പുളയുന്നു.)
ഓരോ പാട്ടിലുമോരോ പാട്ടിലുമോർമ്മകൾ
നുള്ളിയെടുക്കും ഞാൻ
ഓരോ പാട്ടുകളോരോപാട്ടുകളോണപ്പൂക്കളമാക്കും ഞാൻ
ഓരോ പൂക്കളമോരോപൂക്കളമൊരു സ്മാരക-
മണ്ഡപമാക്കും ഞാൻ
അടിതെറ്റിമറഞ്ഞവനെന്നുടെ പൂർവ്വികനൊരു
സ്മാരകമണ്ഡപ-
മാണീപ്പൂക്കളമോരോന്നും.
കഥയറിയാതെ കിനാവുകൾ കാണും
കുട്ടികളേ,
ഈ വഴി വരിക
കിനാവുകൾ കാണാൻ
കണ്ണില്ലാതെ കുഴങ്ങും
കിഴവന്മാരേ,
ഈ വഴി വരിക
ഈ പാട്ടുകളും
ഈ പൂക്കളവും
നിങ്ങൾക്കാണോർമ്മയിരിക്കട്ടെ.

നാളെയുടെ പുത്രാ!

ചൈത്രത്തിന്റെ ചിതാഭൂമികളിൽ വീണ്ടും
ഒരു പൂവായ് കണ്ണുതുറക്കും കുഞ്ഞേ!
ഗാന്ധാരി കരഞ്ഞു മടങ്ങിയ പുത്രവിയോഗ-
മുഹൂർത്തത്തിൽ
വീണ്ടും വില്ലുതൊടുക്കാനുഴറിയ വീര-
മനസ്സാം കുഞ്ഞേ!
നീയാണിവിടെ ചുരമാന്തിയ ചുടലപ്പോതി-
ക്കൊരു പ്രതികാരം
നീയാണിവിടെ കുരുതിച്ചോര കുടിച്ച കിരാത-
ങ്ങൾക്കൊരു പരിഹാരം
ഈ തരിശും താഴ്വരയും പുൽമേടുകളും
ഈ പൂക്കാലം കാത്തുകിടക്കും കാവുകളും
ഈ പുഴയോരപ്പുഞ്ചകളും തീരക്കാടുകളും മണിമേടകളും
നിന്റേതാക്കാൻ
നിന്റേതായി ശാശ്വതമാക്കാൻ
വേട്ടയ്ക്കൊരുമകനേ
പോരാട്ടത്തിന്നരുമക്കുഞ്ഞേ!
നീയാണീ നാലാം യാമത്തിന്നടിയിലു-
മമ്മയ്ക്കാശ കൊടുക്കും ധീരവെളിച്ചം
ഇന്നലെ നഷ്ടപ്പെട്ടതു മുഴുവൻ
ഇന്നിപ്പോൾ നേടിയെടുക്കാൻ
പെറ്റമ്മയ്ക്കാണായ്
പൊൻമകനേ നീ മാത്രം!

പെറ്റമ്മയ്ക്കാണായ് നീ മാത്രം!
ധിക്കാരത്തിൻ കൊടി പേറിപ്പൊരുതാൻ
ഇന്നിപ്പോൾ നീ മാത്രം
പൊൻമകനേ നീ മാത്രം!
(നാളെയുടെ പുത്രാ
നീ വീണ്ടെടുക്കേണ്ടതു പിന്നെയുമുണ്ട്.)
ഏതോ പാതയിലേതോ കരിനാളിൽ
നഷ്ടപ്പെട്ട പ്രിയങ്കരസ്വപ്നങ്ങൾ
ഏതോ വേളയിലേതോ ചുളം വിളിയിൽ
നഷ്ടപ്പെട്ട നിയാമക ബോധങ്ങൾ
അതുകൂടി തിരികെയെടുക്കാൻ
ഇന്നിപ്പോൾ നീ മാത്രം
പെറ്റമ്മയ്ക്കാണായ് വന്നു പിറന്ന മഹാ-
ധിക്കാരത്തിൻ കൊടി പേറിപ്പൊരുതും
പൊൻ മകനേ,
നീ മാത്രം
ഇന്നിപ്പോൾ നീ മാത്രം!

മഴ

ശകുനങ്ങൾപോലെ
ശോകമൗനങ്ങൾപോലെ
ശാന്തസാഗരംകൊള്ളുന്ന കോളുകൾപോലെ
മഴ പെയ്യുന്നു
മഴ പെയ്യുന്നു പെയ്യുന്നു
കാലഭേദങ്ങൾ പാടും മേഘഗീതങ്ങൾപോലെ
മേഘദുഃഖങ്ങൾ പടരും പർവ്വതക്കാറ്റുകൾപോലെ
മഴ പെയ്യുന്നു
മഴപെയ്യുന്നു പെയ്യുന്നു
ക്രൗര്യം കലങ്ങും കിനാവുകൾപോലെ
നൊമ്പരം നീറും നിലവിളിപോലെ
മഴ പെയ്യുന്നു
മഴ പെയ്യുന്നു പെയ്യുന്നു
രാപ്പാടിയില്ലാത്ത രാത്രികൾപോലെ
കാക്ക കരയാത്ത കർക്കിടകംപോലെ
മഴ പെയ്യുന്നു
മഴ പെയ്യുന്നു പെയ്യുന്നു
രാത്രിവഴികളിൽ ചോര കുഴയുന്നു
മഴ പെയ്യുന്നു പെയ്യുന്നു
സിരകളിൽ കൊത്തുന്നു പർവ്വതക്കാറ്റുകൾ
മഴ പെയ്യുന്നു പെയ്യുന്നു
പുലരികൾ പാടുന്നു പ്രേതക്കിനാവുകൾ
മഴ പെയ്യുന്നു പെയ്യുന്നു

പുരികൾക്കു മുകളിൽ പറക്കുന്നു പാതകം
മഴ പെയ്യുന്നു പെയ്യുന്നു
കുരുവിയുടെ കൊക്കിലൊരു കോമ്പല്ലുപോലെ
ഇടയന്റെ കൈയിലൊരു കൊലവാളുപോലെ
മഴ പെയ്യുന്നു
മഴ പെയ്യുന്നു പെയ്യുന്നു
കാലടിക്കൊപ്പമൊരു മാരണംപോലെ
സോദരിയുടെ താരാട്ടിലൊരു തേങ്ങലടിപോലെ
മഴ പെയ്യുന്നു
മഴ പെയ്യുന്നു പെയ്യുന്നു
ദുരിതങ്ങൾ തീരുവാൻ മോഹിച്ച വേനലി-
ന്നറുതിയല്ലീ മഴ
വിണ്ടുകീറുന്ന ബന്ധങ്ങൾ കാതോർത്ത
കണ്ണീർക്കനവിന്റെ സ്പർശമല്ലീ മഴ....

പ്രിയ പുരുഷനെ പോരിനൊരുക്കിയയച്ചവൾ
ഒരു പെണ്ണിന്റെ
തീരാത്ത ഖേദമാണീ മഴ
ഏക പുത്രനെക്കൊലമരച്ചോട്ടിലുപേക്ഷിച്ചു പോന്നവൾ
ഒരമ്മയുടെ
പുലകുളിപ്പിണ്ഡമാണീ മഴ
അലറുമാഴികൾ നീന്തിക്കടന്നവൻ
ജേതാവൊരുത്തന്റെ
മുങ്ങിമരണമാണീ മഴ
മുരളിയൂതും കുമാരന്റെ ചുണ്ടിൽ പിണഞ്ഞുമുറുകും
കലികാലകാകോളമീ മഴ....

ഈ മഴക്കോളിലും
ഞാനെന്റെ നാവികക്കപ്പലിൽ
യാത്രപുറപ്പെടുന്നു....
കൂട്ടരേ,
അഴിമുഖത്തൊറ്റയ്ക്കു നില്ക്കാതെയൊറ്റയ്ക്കു നില്ക്കാതെ
ഇത്തുറമുഖംവിട്ടുവരുന്ന തിരകളും വി-
ട്ടലറുന്ന കടലിന്റെയക്കരയ്ക്കെത്തുവാൻ
യാത്ര പുറപ്പെടുക,
കൂട്ടരേ,
നിങ്ങളും യാത്രപുറപ്പെടുക!

കബനീനദി ചുവന്നപ്പോൾ

കണ്ണു തുറക്കുമ്പോൾ
കണ്ണിലുണരുന്നു കബനീനദി
കരളു തുടിക്കുമ്പോൾ
കരളിലുടക്കുന്നു കബനീനദി
കാതോർക്കുമ്പോൾ
കാതിലലയ്ക്കുന്നു കബനീനദി....
ചൈത്രങ്ങളേ നിങ്ങളീവഴിയിന്നലെയാർഭാടഘോഷം
മുഴക്കിക്കടന്നുപോയോ?
ഇന്നീവഴിയിലനശ്വര ഗന്ധം വിടർത്തിയുണരും
ചുകന്ന പൂ കണ്ടുവോ?
ഇന്നലെ രാത്രി കറുക്കാൻ തുടങ്ങിയ നേരത്ത്
ഈ വനദേവത മൂകതയായി വെറുതേയിരിക്കുന്ന തീരത്ത്
ഒരു തുള്ളി രക്തം ചിതറിത്തെറിച്ചുപോൽ....
ആ രക്തബിന്ദുവിന്നീ നദിയാകെക്കലക്കിച്ചുകക്കുന്നു?
ആ രക്തനാളമിന്നീ വനമാകെയും കത്തിപ്പടരുന്നു?
ഒരു നാൾ അവൻ വരുമെന്ന്
ആഴത്തിലബോധത്തിൽ
ഓമനിച്ചു കാത്തിരുന്നവളേ
ഒരു നാൾ അവൻ വന്നു.
അഗ്നിഗോളമെരിയുന്ന കണ്ണുകളുമായി
അഗ്നിദുഃഖമുരുകുന്ന മനസ്സുമായി
അവൻ വന്നു.
അവസാനത്തെ അത്താഴത്തിനുമുമ്പ്

ഒരിക്കലെങ്കിലും
അവളെ കാണാൻ മോഹിച്ചവനേ
അവസാനം അവൾക്കരികിൽ നീ എത്തി.
ആഷാഢമേഘത്തിന്റെ നിഭൃത നൊമ്പരങ്ങൾ
ഉള്ളിലടക്കിനിന്ന അവൾക്കരികിൽ
അവസാനം നീ എത്തി
ഇരവുകളെരിഞ്ഞവസാനിച്ചിട്ടും
എരിഞ്ഞടങ്ങാത്ത നൊമ്പരങ്ങൾ
നിങ്ങളുടെ നൊമ്പരങ്ങൾ.

തീരം തകർത്തൊഴുകാൻ കൊതിച്ച സാഗരനിശ്ശബ്ദതയായ്
ശാരദേ നീ!
ചവിട്ടടിക്കു വഴങ്ങാത്ത ഗിരിശൃംഗധിക്കാരമായ്
ഗോപീ നീയും!

ഇരവുകളെരിഞ്ഞവസാനിച്ചിട്ടും
എരിഞ്ഞടങ്ങാത്ത നൊമ്പരങ്ങൾ
നിങ്ങളുടെ നൊമ്പരങ്ങൾ
ഭാവങ്ങൾ ബാഷ്പീകരിക്കപ്പെടുന്ന ആ നിമിഷങ്ങളിൽ
ഒരു തലമുറയുടെ യൗവനം പിടയുന്നതു ഞാൻ കണ്ടു
രാവസ്തമിക്കുന്ന
ആ യാമങ്ങളിൽ
ചോരകുടിക്കാനുണരുന്ന ഒരു സൂര്യോദയം ഞാൻ കണ്ടു
ഇളം കാറ്ററികത്തില്ലാത്ത
ആ ശ്യാമതീരങ്ങളിൽ
പ്രണയത്തിന്റെ പുതിയ ഗീതകം വിരിയിച്ച ഒരു താമരപ്പൂ
ഞാൻ കണ്ടു

കോമ്രേഡ് ഗോപാലൻ!
ശബ്ദങ്ങൾ മൗനങ്ങളായി മുഴങ്ങുന്ന ഈ കാലം
ഈ കാലത്തിന്റെ നീറിനില്ക്കുന്ന ചിന്തകൾ മുഴുവൻ
ചിന്തകളുടെ മൂർച്ച തീരാത്ത ഗുരുതരബോധം മുഴുവൻ
കഷണ്ടി ബാധിച്ച നിന്റെ തലയ്ക്കുള്ളിൽ!
ഓരോ കാലടിവെയ്പും സൂക്ഷിച്ച്.... വളരെ സൂക്ഷിച്ച്....
ഈ പാഠം
നിന്റെ കാലടിവയ്പ്പിന്റെ പാഠം
ഈ കാലത്തിന്റെ പാഠം!
സഖാവെ,
മലമുകളിലെ പണിശാലയിൽ
നീ പണിതീർക്കുന്നതേതു പണിയായുധം?
നിന്റെ പണിശാലയിൽ
നീ മൂർച്ചകൂട്ടുന്നതേതു പ്രതികാരം?

കറുത്ത ബൂട്ട്സിന്റെ കിരാതനൃത്തം
ശാരദേ,
നിന്റെ ഉപബോധത്തിന്റെ ഏകാന്തതയെ
പീഡിതമാക്കുമ്പോൾ
എന്റെ കാലത്തിന്റെ ഉപബോധം പീഡിതമാവുന്നു
    നിന്റെ നാദവും എന്റെ നാദവും
    അവന്റെ നാദവും അവളുടെ നാദവും എല്ലാ നാദവും
    സംഗീതമായി പരസ്പരം പുണർന്ന് പുനർജ്ജനിക്കുമ്പോൾ
    അപ്പോൾ ഗോപീ,
    നിന്റെ ശബ്ദം തലമുറകളിലൂടെ പടർന്നൊഴുകുന്നത് ഞാനറിയുന്നു.
കണ്ണു തുറക്കുമ്പോൾ
കണ്ണിലുണരുന്നു കാടായ് പടരുന്നു കബനീനദി....
കരളു തുടിക്കുമ്പോൾ
കരളിലുടക്കുന്നു കാറ്റായ് പിടയുന്നു കബനീനദി....
കാതോർക്കുമ്പോൾ
കാതിലലയ്ക്കുന്നു കടലായിരമ്പുന്നു കബനീനദി....
    കാറ്റായ് കടലായ് കിരാതമാം കാടിന്റെ
    നീറിമുളയ്ക്കും വരുംകാലബീജമായ്
    കാലഘട്ടത്തെ ചുഴലുന്നുവല്ലോ, ഉറങ്ങുന്ന
    ലോകത്തെയാകെയുണർത്തുന്നുവല്ലോ കബനീ,
    ചുവന്നു തിളയ്ക്കും കബനീ....!

തിരിച്ചു വരവിന്റെ സംഗീതം

(ഗവൺമെന്റ് ബ്രണ്ണൻ കോളേജ് എന്നു മുഴുവൻ പേരുള്ള തലശ്ശേരിയിലെ കേളികേട്ട കലാലയം: ബ്രണ്ണൻ. അവിടെ മൂന്നു വർഷം ജീവിതം ജീവിച്ച ഒരു യുവാവ്. ഏഴെട്ടുവർഷത്തെ ഇടവേളയ്ക്കു ശേഷം അതേ അങ്കണങ്ങളിൽ ആ യുവാവ് തിരിച്ചു ചെല്ലുന്നു. അപ്പോൾ അയാളുടെ മനസ്സിന്റെ വേലിയേറ്റങ്ങൾ, അതാണ് ഈ കവിത.)

ബ്രണ്ണൻ,
നിന്റെ പ്രണയങ്ങളും പരാജയങ്ങളും
പകയും പോരാട്ടവും പകിട്ടുകളും
ഫോസിലുകളായമർന്നു കിടക്കുന്ന
ഈ അങ്കണങ്ങളിൽ
ഞാൻ
വീണ്ടും വന്നിരിക്കുന്നു
ഒരിക്കൽ
നിന്റെ നെറികേടുകളും നിസ്സാരതകളും
പണിതുയർത്തിയ
കോട്ടവാതിലുകൾക്കുള്ളിൽ
ഒരു തടവുകാരനായിരുന്നവൻ
ഇന്നിതാ
ഒരു ലോകം കീഴടക്കിയ ജേതാവായി
തിരിച്ചുവന്നിരിക്കുന്നു.

ബ്രണ്ണൻ,
ഒരിക്കൽ
നിന്റെ സ്നേഹോദാരമായ
ഏകാന്തതയിൽ അലഞ്ഞുതിരിഞ്ഞ
ഒറ്റയാൻ നിശ്വാസമായിരുന്ന ഞാൻ
ഒരിക്കൽ
നിന്റെ വിഷാദത്തിന്റെ
കരിനീലക്കയങ്ങളിൽ,
ഇടറിവീണ വൃക്ഷശിഖരമായിരുന്ന ഞാൻ
ഒരിക്കൽ
അഴിഞ്ഞാടിയ കത്തിവേഷത്തിന്റെ
കോലാഹലങ്ങളിൽ
അലോസരപ്പെട്ട അഹന്തയായിരുന്ന ഞാൻ
ആയിരം പകലുകളിൽ
ആയിരം രാത്രികളിൽ
കനലുപോലെ കത്തിച്ചുവന്ന ഞാൻ
കടലുപോലെ കലങ്ങിത്തളർന്ന ഞാൻ,
(ആരും കേറാത്ത കുന്നിലെ പൂവിറുക്കാൻ
കൊതിച്ച പൊന്നിൻ കിനാവുകാരൻ എങ്ങോ!
ആരും പാടാത്ത പാട്ടിന്റെ പല്ലവി
കാതോർത്തു കിടന്ന ഇടയകുമാരൻ എങ്ങോ!)
ഞാൻ
തിരിച്ചുവന്നിരിക്കുന്നു.
എന്നെ തടവുകാരനാക്കിയ
കോട്ടവാതിലുകൾ തകർക്കാൻ
ഞാൻ തിരിച്ചുവന്നിരിക്കുന്നു.
എന്റെ പ്രിയപ്പെട്ട ചോരക്കൊടി
ഈ കോട്ടയ്ക്കു മുകളിലുയർത്താൻ
ഞാൻ തിരിച്ചുവന്നിരിക്കുന്നു
പ്രതികാരം പാടാൻ
കിനാവുകൾ കുഴിച്ചെടുക്കാൻ
ഞാൻ തിരിച്ചുവന്നിരിക്കുന്നു.
ബ്രണ്ണൻ,
നിന്റെ അങ്കണങ്ങളിൽ
തിരിച്ചുവന്ന ഞാൻ
തിരിച്ചുപോകാൻ വന്നവനല്ല
തീജ്ജ്വാലകൾ പേറി നടക്കുന്ന
താരുണ്യത്തിന്റെ സിരകളിൽ
ഒരു പർവ്വതക്കാറ്റിന്റെ സംഗീതമായി

ഞാൻ നിലനില്ക്കും.
തിരമാലകൾ തിളച്ചുണരുന്ന
തീർത്ഥാടക പിതാക്കളുടെ തീരങ്ങളിൽ
കരിങ്കൊടി കാട്ടുന്ന കറുത്ത കരുത്തായി
ഞാൻ നിലനില്ക്കും.
തക്ഷശിലയുടെ പ്രേതഭൂമികളിൽ
തലയുയർത്തുന്ന നാമ്പുകളിൽ
പുലരിമഞ്ഞിന്റെ താരള്യമായി
ഞാൻ നിലനില്ക്കും.
ബ്രണ്ണൻ,
നിന്റെ അങ്കണങ്ങളിൽ
തിരിച്ചുവന്ന ഞാൻ
തിരിച്ചുപോകാൻ വന്നവനല്ല
ആരും പഠിച്ചിട്ടില്ലാത്ത
നിന്റെ പാഠപുസ്തകം
കരിങ്കൽക്കുന്നുകളെ ഞാൻ
പറഞ്ഞു പഠിപ്പിക്കും.
ആരും പറഞ്ഞുതീർത്തിട്ടില്ലാത്ത
നിന്റെ പുരാണങ്ങൾ
കാലത്തിന്റെ കാതുകൾക്കുവേണ്ടി
ഞാൻ ആവർത്തിച്ചുരുവിടും
ആരും എഴുതിയിട്ടില്ലാത്ത
നിന്റെ ചരിത്രം
സൂര്യലിപികളിൽ
ഞാൻ എഴുതിവയ്ക്കും
ആരും കാണാത്ത
നിന്റെ ചിത്രപുസ്തകം
തലമുറകൾക്കുവേണ്ടി
ഞാൻ തുറന്നുവയ്ക്കും.
പണ്ടൊരു ഭൂതകാലത്ത്
ബയോളജി ലാബിൽവച്ച്
പകൽവെളിച്ചത്തിൽ
പട്ടികളെപ്പോലെ മേളിച്ച
ഒരിണയുടെ ഇളംചൂടുള്ള
പട്ടിമോഹങ്ങൾ
ഇപ്പോഴുമിവിടെ ഇതാ
ആരും കാണാതെ മണത്തുനടക്കുന്നു.
മദ്ധ്യവയസ്കൻ പ്രൊഫസർ
മാംസംകൊണ്ടു മുറിവേ-

ല്പിച്ചു മലിനമാക്കിയ
ഇരുപത്തൊന്നുകാരിയുടെ
ഇളം കാമനയുടെ പ്രേതം
ഇപ്പോഴുമിവിടെ ഇതാ
ഗതികിട്ടാത്തവളായി ഒറ്റയ്ക്കലയുന്നു.
നീലരക്തജീവികളുടെ
തൊഴുത്തിൽനിന്നും
പുറത്തു മേയാൻ വിട്ട കാളക്കുട്ടന്മാർ
പകൽ മുഴുവൻ പശുക്കുട്ടി-
കളുടെ പിന്നാലെ
മുക്രയിട്ടു നടന്ന മേച്ചിൽപ്പുറങ്ങൾ
ഇതാ ഇവിടെത്തന്നെ.
കീറ്റ്സും ഷെല്ലിയും
കുടിച്ചുന്മത്തരായി
രസതന്ത്രത്തിന്റെ രൂക്ഷഗന്ധങ്ങളെ
താലോലിക്കാൻ തുനിഞ്ഞിറങ്ങിയ
ഒരു കാല്പനികമോഹത്തിന്റെ കുഴിമാടം
ഇതാ ഇവിടെത്തന്നെ
ഇരുട്ടുകൾ പതിയിരിക്കുന്ന പാതയിൽ
ഒരു ചുരികച്ചതിയിൽ വീണുപോയ
അർജ്ജുനപുത്രന്റെ നക്ഷത്രകുടീരം
ഇതാ
ഇവിടെയാണ്....
(ഇവിടെ
ഇവിടെ മാത്രം
എന്റെ അമർഷങ്ങൾ അരനിമിഷം
മൗനമാചരിക്കട്ടെ)

ബ്രണ്ണൻ,
ഞാൻ തിരിച്ചുവരുന്നു
ഇത്താക്കയിലേക്കു തിരിച്ചുവരുന്ന
യുലീസ്സസിന്റെ ആഹ്ലാദത്തോടെ
അമ്മയിലേക്കു തിരിച്ചുവരുന്ന
ആൺകുട്ടിയുടെ അഹന്തയോടെ
ഞാൻ തിരിച്ചുവരുന്നു.
പ്രണയത്തിന്റെ
പ്രഭാതക്കാറ്റുകളിലേക്ക്
സൗഹൃദത്തിന്റെ
നീലത്തിരമാലകളിലേക്ക്
ഞാൻ തിരിച്ചുവരുന്നു.

താരുണ്യത്തിന്റെ
സംഘഗാനത്തിലേക്ക്
തന്റേടത്തിന്റെ
ചരൽപ്പാതയിലേക്ക്
ഞാൻ തിരിച്ചുവരുന്നു
അമർഷത്തിന്റെ
അരയാൽച്ചുവട്ടിലേക്ക്
പ്രതാപത്തിന്റെ
കോട്ടമുകളിലേക്ക്
ഞാൻ തിരിച്ചുവരുന്നു.
ബ്രണ്ണൻ,
ഞാൻ തിരിച്ചുവരുന്നു
നിരാകരിക്കപ്പെട്ടതെല്ലാം
തിരിച്ചെടുക്കാൻ
നിഷേധിക്കപ്പെട്ടതെല്ലാം
ജയിച്ചെടുക്കാൻ
ഞാൻ തിരിച്ചുവരുന്നു
നിന്റെ ഹൃദയത്തിൽ
എന്റെ കൊടിമരം ഉയർത്തിക്കെട്ടാൻ
നിന്റെ നെഞ്ചിൽ ചവുട്ടി
എന്റെ ആകാശത്തിലേക്കു വളരാൻ
ഞാൻ തിരിച്ചുവരുന്നു
എല്ലാ പ്രതീക്ഷകളും
തിരിച്ചുപിടിക്കാൻ
ഞാൻ തിരിച്ചുവരുന്നു
കാലവും കിനാവും കോട്ടയും
കീഴടക്കാൻ
ഞാൻ തിരിച്ചുവരുന്നു

ഇടവപ്പാതി

മുപ്പത്തൊന്നിടവപ്പാതികളുടെയക്കരെയൊരു-
പകലവസാനത്തിൽ
ഇതുപോലൊരു പകലവസാനത്തിൽ
ഈ മണ്ണിന്നീർപ്പം തേടിയിറങ്ങിയ വിത്തിന്നുള്ളിലുറങ്ങിയ
ജീവിത ധിക്കാരം പോൽ
ഞാനുണ്ടായി....

കാട്ടാനകളലറിയടുക്കുന്നു
കതിനാവെടിയടിമുടിയാകാശത്തെ നടുക്കുന്നു
ഇടവപ്പാതിക്കോളുകലങ്ങിയുറഞ്ഞുവരുന്നു
ഇടവേളകളും സാന്ത്വനവും മൗനവുമെല്ലാം കുത്തിയൊലിക്കുന്നു
കടലുകളേഴും പതിനാലും ചുറ്റിയടിച്ചെത്തും കാറ്റേ
കടലിൻ നീലിമയിൽ കാമക്കലിയിളകി-
ക്കുടകുമലയ്ക്കപ്പുറമൊരു മുടിയേറ്റം ചൂളമടി-
ച്ചാടിവരും കാറ്റേ
ദ്വീപുകളും മേഘക്കീറുകളും പവിഴപ്പാറകളും
ഒരു പിടിയാൽ തന്നിലെടുത്തുടലാകെയമർത്തിഞെരി-
ച്ചോടിവരും കാറ്റേ

ഞാനൊരു പുല്ക്കൊടി ചൂടും പരിദേവനമല്ലാ

ഞാനൊരമാവാസിക്കായലിലൊറ്റപ്പെട്ടൊരു തോണിയുമല്ലാ
ഞാനീ നിലവിളി കത്തിപ്പടരും മലയടിവാരത്തൊറ്റയടി-
പ്പാതയിലൂടെ
ഇപ്പകലറുതിക്കേതോ പഥികൻ പാടി മറന്നേ പോകും
പാട്ടിന്നീരടിയല്ലാ...
മുപ്പത്തൊന്നിടവപ്പാതികളുടെയക്കരെയൊരു-
പകലവസാനത്തിൽ
ഇതുപോലൊരു പകലവസാനത്തിൽ
ദുരിതങ്ങളുടെ പത്തി ചവിട്ടിത്താഴ്ത്തിപ്പുതിയൊരു-
മുരളികയൂതിപ്പിറവിക്കൊരു ചാരുത നല്കാൻ
ഈ ജമുനാതീരത്തിന്നലമുറയിൽ
ഞാനുണ്ടായീ....

വീരാളിപ്പട്ടുപൊതിഞ്ഞ വടക്കൻപാട്ടി-
ന്നേതോ രണഭൂമികയിൽ
ഒരു വീരൻ നേരിൽ വെട്ടിമരിച്ച ദുരന്തം
ഒരു തേങ്ങലുപോലെന്നമ്മ പറഞ്ഞവിടെക്കഥതീരും
രാവുകളിൽ
വെറുതെ കണ്ണുനിറഞ്ഞു വിതുമ്പിയ കൗശോരം....
കശുമാവിൻതോപ്പിന്നുച്ചകളിൽ
കരളിൻ വൃന്ദാവനികൾ കരിഞ്ഞും
കരിനീലവനത്തിന്നേകാന്തതയിൽ
ഒരു രാധികയെത്തേടിയലഞ്ഞും
പകലുകളിൽ പൂച്ചാങ്കുഴലൂതിയ കൗമാരം....
ഗോദാവരിയുടെ തീരത്തെ ശ്യാമശിലാ സന്ധ്യകളിൽ
മാരീചനു മുമ്പിൽ പാവം മൈഥിലിയെപ്പിന്നിലുപേക്ഷിച്ചും
പിന്നെ മറുകരയെത്താൻ പാലംകെട്ടിയുഴന്നും
നിലയെത്താതെ തുഴഞ്ഞും
പൊരുതിക്കേറിയ പുരുഷാരംഭം....

മുപ്പത്തൊന്നിടവപ്പാതിക്കപ്പുറമൊരു-
പകലവസാനത്തിൽ
ഇതുപോലൊരുപകലവസാനത്തിൽ
കരളുകലങ്ങിച്ചുഴികളിലലമുറപാടിപ്പാഞ്ഞൊഴുകിയ

പുഴയുടെ കരയിൽ
കടപുഴകിയ കാട്ടുമരച്ചില്ലയിലൊരു തളിരിലയായ്
ഞാനുണ്ടായി...
കണ്ണീരൊഴുകിക്കടലുനിറഞ്ഞു
ചുഴികളിലാശങ്കകളല്ലലുപാടീ
ചുഴലികളാകാശങ്ങളിലാകെയുറഞ്ഞാടീ...
അപ്പൊഴുമമ്മേ,
ചുഴലാത്തൊരു ചുഴലികണക്കെ
നീയെൻ ജീവനു–
ജീവിതമേകി...
ഒരുവെയിലായ്
നീയെൻ കണ്ണിലുണർന്നുതിളങ്ങീ
ഒരു താരാട്ടായ്
നീയെൻ ജീവനിലൊഴുകിനിറഞ്ഞു, അപ്പൊഴുമമ്മേ!

മുപ്പത്തൊന്നിടവപ്പാതിക്കപ്പുറമൊരു–
പകലവസാനത്തിൽ
ഇതുപോലൊരു പകലവസാനത്തിൽ
മുനയൻകുന്നിന്നടിവാരത്തിൽ
കറുത്തവാവിന്നിടവഴിയിൽ
ഒരു നക്ഷത്രത്തിൻ കൂടപ്പിറവിക്കൊരുപേരുകൊടുക്കാൻ
ഞാനുണ്ടായി....
തേഞ്ഞനിലാവിന്നതിരുകളിൽ
തേങ്ങിയുറങ്ങിയ താരകൾ ദൂരെ
പാലപ്പൂവിതളുകളിൽ പാഴ്സ്വപ്നം തേടിയ കണ്ണുകൾ ദൂരെ
ദൂരെ നിനവുകളുടെ ചോലമരങ്ങൾ
(ദൂരെ നിന്നെത്തേടിവിടർന്ന നിശാഗീതികളും!)

മാരീചനു മുമ്പിൽ പോരിനിറങ്ങിയ പുരുഷാരംഭം
രാധികയെത്തേടിവിളിക്കാൻ പുല്ലാങ്കുഴലൂതിയ കൗമാരം
വീരാളിപ്പട്ടുപൊതിഞ്ഞ ദുരന്തം കേട്ടുവിതുമ്പിയ കൗശോരം
പേടികളെ പുല്കിയുറങ്ങിയ പവിഴപ്പുറ്റിൻ നിനവുകൾ
പാതിരാക്കിളി കൂടില്ലാതെ ചിലച്ചു തളർന്ന നിലാവുകൾ
ഈ രാത്രിക്കെന്തൊരിരുട്ടിന്നാഴം പിന്നെയുമാഴം....

ഇടവപ്പാതികളേ പോരിക പോരിക!
ഇത്തിരിതല്ലും രാവിന്നോർമ്മകളേ പോരിക പോരിക!
ഞാനൊരമാവാസിക്കൊറ്റപിറന്ന മകൻ
ഞാനൊരു നക്ഷത്രത്തിന്നുദയത്തിന്നുറ്റവനൊരു യാത്രക്കാരൻ
അലയാഴികൾ താണ്ടി തലമുറയുടെ കരകളിലെത്തും
അപരാജിതനൊരു പുരുഷൻ ഞാൻ ഇടവപ്പാതികളേ....!

കരയാനറിയാത്ത ഞങ്ങൾ

എപ്പോഴുമെപ്പോഴും ഞങ്ങൾക്കീ ചോരക്കൊടി
പകുതി താഴ്ത്തിക്കെട്ടി പതറി നില്ക്കാനാവില്ല
എപ്പോഴുമെപ്പോഴും ഞങ്ങൾക്കീ കറുത്തകൊടി
ഇടതു നെഞ്ചിൽ കുത്തി കുനിഞ്ഞിരിക്കാനാവില്ല.
എല്ലാ കാടുകളിലും കട്ടപിടിച്ച രക്തം
ഞങ്ങളുടെ മനസ്സിലുണ്ട്.
എല്ലാ പർവ്വതങ്ങളിലും വീശിയടിക്കുന്ന കാറ്റും
ഞങ്ങളുടെ മനസ്സിലുണ്ട്
ഞങ്ങൾക്ക് പ്രിയപ്പെട്ടവരുടെ ചങ്കിൽനിന്നും
ചിതറിത്തെറിച്ച ചോരത്തുള്ളികൾ
ഈ ബീഡിയിലകളിലിപ്പോഴും ഉണങ്ങി മാഞ്ഞിട്ടില്ല.
ഞങ്ങൾക്ക് സ്വന്തമായവരുടെ ഉള്ളിൽനിന്നും
ഉറവെടുത്ത അവസാന ശബ്ദങ്ങൾ
ഈ പുകയിലമണമുള്ള വായുവിൽ നിന്നിപ്പോഴും
മരിച്ചു മറഞ്ഞിട്ടില്ല
അതെല്ലാം ഇന്നലെ രാത്രിയായിരുന്നു.
ഇന്നലെ രാത്രി......
ഇന്നിപ്പോൾ
പ്രഭാതമെന്നു നിങ്ങൾ വിളിക്കുന്ന
പാതകം നിറഞ്ഞ പകൽ വെളിച്ചത്തിൽ
പൊള്ളലായി സ്ഫോടക വസ്തുവായി
കൃപാണിന്റെ ക്രൂരതയായി
ഒരു തെമ്മാടിത്തം

ഞങ്ങളിൽ ചാടിവീണ് ശൗര്യം കാണിക്കുന്നോ?
ഏതോ കാട്ടുദേവന് കുരുതി കൊടുക്കാനുള്ള
ചോരയല്ലാത്ത ഞങ്ങൾ
ഏതോ കാപാലികസംഘത്തിന് കൊയ്തെടുക്കാനുള്ള
തലകളല്ലാത്ത ഞങ്ങൾ
കണ്ണുനീർ
വരണ്ടുപോകുന്ന വേനൽപ്പുഴകളാകുന്ന ഞങ്ങൾ
ഗദ്ഗദങ്ങൾ
പെയ്യാത്ത മഴമേഘങ്ങളാകുന്ന ഞങ്ങൾ
കരയാനറിയാത്ത ഞങ്ങൾ
ചാടിവീണു ശൗര്യം കാണിക്കുന്ന ഈ തെമ്മാടിത്തം
ഞങ്ങൾക്ക് സഹിക്കാനാവുന്നതെങ്ങനെ?
വായ്ത്തലയുള്ള വെറുപ്പായി കത്തിവെക്കുന്ന ഈ കാടത്തം
ഞങ്ങൾക്ക് പൊറുക്കാനാവുന്നതെങ്ങനെ?
കൊലയ്ക്ക് വേണ്ടിയുള്ള കുഴൽവിളിയും ഈ കൂത്താട്ടവും
ഞങ്ങൾക്ക് മറക്കാനാവുന്നതെങ്ങനെ?
ഈ ബീഡിയിലയും പുകയിലയും കുട്ടയും കത്രികയും
ഞങ്ങൾക്ക് ജീവിതത്തിന്റെ പണിയായുധങ്ങൾ
ഈ പണിയായുധങ്ങളിൽ പകൽ മുഴുവൻ കുനിഞ്ഞിരുന്ന്
ഞങ്ങൾ വീർപ്പുമുട്ടുമ്പോഴും
സൗത്താഫ്രിക്കയുടെ സ്വാതന്ത്ര്യപ്പോരാളികൾ
ഞങ്ങളുടെ വിചാരങ്ങളിൽ നിവർന്നു നില്ക്കുന്നു
ബീഡിയിലയും കത്രികയും പരസ്പരം പോരടിച്ചു
തീർന്നുപോകുന്ന
പൊരുളില്ലാത്ത നിമിഷങ്ങളിൽ
ഞങ്ങൾ പൊറുതിമുട്ടുമ്പോഴും
തെഹ്റാൻ തെരുവിൽ ആയുധമെടുക്കുന്ന യൗവനങ്ങൾ
ഞങ്ങളുടെ സൗഹാർദ്ദങ്ങളിൽ പുഞ്ചിരിക്കുന്നു.
ഞങ്ങളിൽ ചാടിവീണ് ശൗര്യം കാണിക്കുന്ന
ഈ തെമ്മാടിത്തം
ഞങ്ങൾ പൊറുക്കുന്നതെങ്ങനെ
ഞങ്ങൾ മറക്കുന്നതെങ്ങനെ?
ഊരുമാറി പറന്നെത്തുന്ന കൊലയാളിപ്പക്ഷികൾക്ക്
പൂവും നീരും കൊടുത്തു കുടിയിരുത്തുന്ന കുലപതികൾ
ആരെന്ന് ഞങ്ങൾക്കറിയണം
ഒരിക്കൽ കറുത്ത് കലങ്ങി പിന്നെയും തെളിഞ്ഞ
പുഴയൊഴുക്കിൽ
വിഷം കലക്കി മീൻ പിടിക്കുന്ന കള്ളവലക്കാരൻ
ആരെന്ന് ഞങ്ങൾക്കറിയണം.

നിങ്ങൾക്കറിയണോ
നിങ്ങൾക്കറിയണോ കാരണവന്മാരെ?
മറ്റൊരു കറുത്ത രാത്രിയുടെ
തിറയാട്ടത്തിനു തോരണം തീർക്കാൻ
പ്രഭാതത്തിന്റെ ഈ പൂങ്കുല
ഞങ്ങൾ കുരുതി കൊടുക്കില്ല.
തെച്ചിക്കുരുമാല ചൂടുന്ന ദേവിക്കു പാരണ ചെയ്യുന്ന
പരികർമ്മികൾക്കുവേണ്ടി
പ്രിയമുള്ള ഈ നെഞ്ചും നെഞ്ചിൽ ഉറവായ നീരും
ഞങ്ങൾ തർപ്പണം ചെയ്യില്ല.
എല്ലാ കാടുകളിലും കട്ടപിടിച്ച രക്തം
കാല്വരിക്കു മുകളിൽ വീണ്ടും
ഒരു നക്ഷത്രമായി ചുവക്കുമ്പോൾ
എല്ലാ പർവ്വതങ്ങളിലും വീശിപ്പടരുന്ന കാറ്റിൽ
വർഗ്ഗസ്വപ്നങ്ങൾ
പരാഗണത്തിനു പറന്നെത്തുമ്പോൾ
നിങ്ങളറിയുന്നോ
നിങ്ങളറിയുന്നോ കാരണവൻമാരേ–
ഞങ്ങളുടെ പണിശാലയിൽ
ഞങ്ങളുടെ തന്നെ പച്ചമാംസം പൊള്ളലേറ്റു കരിയുന്നു
ഞങ്ങളുടെ സുരക്ഷിത സങ്കേതങ്ങളിൽ
ഞങ്ങളുടെതന്നെ ചുടുചോര തളംകെട്ടിത്തണുക്കുന്നു
ചുടുചോര തളംകെട്ടിത്തണുക്കുന്നത്
കണ്ടുനില്ക്കുന്നവൻ നീയാരാണ്?
നിയമപാലകനോ, ന്യായാധിപനോ, മന്ത്രിപുംഗവനോ?
നീയാരാണ്?
പച്ചമാംസം പൊള്ളലേറ്റു കരിഞ്ഞു മണക്കുന്നത്
മണത്തു നില്ക്കുന്നവൻ നീയാരാണ്?
സമാധാനപ്രേമിയോ സന്താനഗോപാലം പാടുന്ന കവിയോ,
കവലച്ചട്ടമ്പിയോ?
നീയാരാണ്?
ആരായാലും
ഇവിടെ പൊള്ളലേറ്റു കരിഞ്ഞ മനുഷ്യമാംസത്തിന്
സമാധാനം പറയേണ്ടവൻ നീ കൂടിയാണ്!
ഇവിടെ തളം കെട്ടിത്തണുത്തു കഴിഞ്ഞ മനുഷ്യരക്തത്തിന്
സമാധാനം പറയേണ്ടവൻ നീ കൂടിയാണ്!

എല്ലാ കാടുകളിലും കട്ടപിടിച്ച രക്തം
പിന്നെയും തിളച്ചുരുകി
ചാവുകടലിലും തിരകളുണർത്തുമ്പോൾ

എല്ലാ പർവ്വതങ്ങളിലും വീശിപ്പടരുന്ന കാറ്റിൽ
വർഗ്ഗവിദ്വേഷങ്ങൾ
വസന്തം ലക്ഷ്യമാക്കി വേഗം കൂട്ടുമ്പോൾ
എപ്പോഴുമെപ്പോഴും ഞങ്ങൾക്കീ ചോരക്കൊടി
പകുതി താഴ്ത്തിക്കെട്ടി പതറി നില്ക്കാനാവില്ല
എപ്പോഴുമെപ്പോഴും ഞങ്ങൾക്കീ കറുത്തകൊടി
ഇടതു നെഞ്ചിൽ കുത്തി കുനിഞ്ഞിരിക്കാനാവില്ല.

നാലാം യാമത്തിലെ യാത്രക്കാരായ നമ്മൾ

ഒരു സൂര്യാഘാതം പോലെ ജീവിതം ജീവിക്കുന്ന
എന്റെ സഹമനസ്സുകളേ
മലർന്നുകിടന്നു കാത്തിരിക്കുന്ന
ഈ സമതലങ്ങളുപേക്ഷിച്ച്
സ്നേഹത്തിന്റെ തിരയടിക്കുന്ന ഈ കടൽക്കരയും
കായലോരവും ഉപേക്ഷിച്ച്
വീർപ്പുമുട്ടുന്ന ആ വിദൂരതയിൽ സ്വയം തടവറ തീർക്കുന്ന
നിങ്ങൾക്കുവേണ്ടി
മണൽക്കാട്ടിലകപ്പെട്ടിരിക്കുന്ന
എന്റെ പ്രിയപ്പെട്ടവരേ
പിന്നിട്ട ദൂരങ്ങളൊന്നും ദൂരങ്ങളല്ല
എന്നറിയുന്ന ആഘാതനിമിഷത്തിൽ
ഈ അവസാന സന്ദേശം
സമതലത്തിലെ സുരക്ഷിതസങ്കേതങ്ങളിൽനിന്നുള്ള
ഈ
അവസാനസന്ദേശം....

ഇനിയും നമ്മൾ ഒരുവേള വനാന്തരത്തിലെങ്ങോ കണ്ടുമുട്ടും, നായാട്ടു സ്വപ്നങ്ങളും ചുമലേറ്റി നടന്നുകേറുന്ന പാതയിൽ ഒരു നിമിഷം നമ്മൾ കണ്ടുമുട്ടും. പ്രതികാരംപോലെ കലങ്ങിയെത്തുന്ന പുഴയിൽ നീന്തിപ്പൊ

രുതുന്നവരായി നമ്മൾ കണ്ടുമുട്ടും. ഒരിടവേളയിൽ ഇനിയും നമ്മൾ കണ്ടുമുട്ടും.

താഴ്‌വരയുടെ സാന്ത്വനങ്ങളോടു വിട.
തടാകത്തിന്റെ നീലനിഴലുകളോടു വിട.
ഇത്തിരിപ്പൂവുകളുടെ നിഷ്കളങ്കതകളോടു വിട.
ആകാശത്തിന്റെ നിറങ്ങളോടും നിനവുകളോടും വിട.
കഴുകന്മാർ താഴ്ന്നുപറക്കുന്ന കാട്ടിലൂടെ നടന്നു–
പോകാൻ വിധിക്കപ്പെട്ട നമ്മൾ. ഇടംവലം നോക്കാ
നിടമില്ലാത്ത ഒറ്റയടിപ്പാതയിൽ
നടന്നുകേറാൻ
വിധിക്കപ്പെട്ട നമ്മൾ.
മുൾക്കാടുകൾ ഒരുങ്ങിനില്ക്കുന്ന
പർവ്വതശിഖരങ്ങൾ
ചവിട്ടിക്കടക്കാൻ
കാട്ടുപുഴകൾ നീന്തിക്കടക്കാൻ
വിധിക്കപ്പെട്ട നമ്മൾ. (വിധി നടത്തുകയും
നടപ്പിലാക്കുകയും ചെയ്യേണ്ടവർ നമ്മൾ തന്നെ.)
അതിനുമുമ്പ്,
അതിനുമുമ്പ് പ്രിയപ്പെട്ടവരേ
സമതലത്തിലെ സുരക്ഷിത സങ്കേതത്തിൽനിന്നുള്ള
ഈ അവസാനസന്ദേശം....

ഇത്തിരിവട്ടം മരുപ്പച്ചകളുടെ കാപട്യത്തിൽ വീണുപോകുന്നവർക്കല്ല എന്റെ സന്ദേശം. പാറക്കെട്ടിൽ പൊട്ടിത്തകരാൻ കീഴോട്ടൊഴുകുന്ന പൊങ്ങുതടികൾക്കു വേണ്ടിയല്ല എന്റെ സന്ദേശം.
എന്റെ സ്വപ്നങ്ങൾ ഇതാ ഇവിടെ മരിക്കുന്നു
എന്നു വിഷാദിക്കുന്ന ശാഹുൽ,
ഉച്ചയുറക്കത്തിനുശേഷമുള്ള മൗഢ്യത്തിൽ
പിറന്ന നാടിന്റെ നിലാവുകളെയോർത്ത്
നൊമ്പരപ്പെടുന്ന സലാം,
ഖോർഫക്കാൻ മലകളിൽ ചോരകൊടുത്ത
പൂർവ്വികരെ സാക്ഷിനിർത്തി
വർത്തമാനത്തെ ബലികൊടുക്കുന്ന ഹാഷിം,
ഈ തീരം
ഇപ്പോഴും നിങ്ങൾക്കുവേണ്ടി കാത്തിരിക്കുന്ന അമ്മയാണ്

ഉറക്കമിളച്ച് കാതോർത്ത്
കഞ്ഞികുടിക്കാതെ കാത്തിരിക്കുന്ന അമ്മയാണ്
ഈ തീരം.
മണൽക്കാടുകളിൽ അകപ്പെട്ടുപോയവർ ഞങ്ങളെന്നു
വിലപിക്കുന്ന നിങ്ങളുടെ വിലാപം മതിയാക്കുക,
വെറും വിലാപത്തിനുമുമ്പിൽ ഒരു മണലാരണ്യവും
ഒരിക്കലെങ്കിലും കനിവുചുരത്തിയ ചരിത്രമില്ല
മണൽക്കാടിന്റെ കൊടുംനെഞ്ചിൽ
അസ്ത്രംപോലെ ഒരു കൊടിമരമുയർത്തുക,
കൊടിമരത്തിനു ചുറ്റും ഒരു കോട്ട പണിതുയർത്തുക.
കോട്ടയ്ക്കു ചുറ്റും തോപ്പുകൾ നട്ടുനനയ്ക്കുക.
അതല്ലെങ്കിൽ ക്രൂരമായ വന്ധ്യതപോലെ
മലർന്നുകിടന്ന് പേക്രാന്തം കാണിക്കുന്ന
പാതകമായ ഈ മണലാരണ്യത്തെ
സ്വന്തം പൗരുഷംകൊണ്ട് കീഴ്പ്പെടുത്തുക.
സ്വർണ്ണക്കറ പുരണ്ട തുടകൾ തുള്ളിച്ച് കൂത്താടുന്ന
ഈ ആഭാസത്തെ അടിച്ചമർത്തുക,
അതുമല്ലെങ്കിൽ.... അതുമല്ലെങ്കിൽ,
ഒരു മരപ്പെട്ടിയിലടക്കം ചെയ്ത്
പച്ചമണ്ണു കിളച്ചുമാറ്റി
ആഴത്തിൽ കുഴിച്ചുമൂടാൻ കനിവുകാണിക്കുക.

ജീവിതം പിന്നെയും ചുഴികളിലകപ്പെട്ടിരിക്കുന്നു
നക്ഷത്രങ്ങൾ പിന്നെയും അമാവാസിയിൽ
പൂഴ്ന്നുപോവുന്നു
കറുത്ത സൂര്യൻ ഭീഷണമായ മുഖംകാട്ടി
പിന്നെയും നടന്നെത്തുന്നു.
സ്വപ്നങ്ങൾ മഞ്ഞുപോലെ ഉറഞ്ഞുപോവുന്ന
ഈ ശിശിരകാലരാത്രിയിൽ
ഉറക്കം എന്നു പേരുള്ള കുഞ്ഞ് പിടഞ്ഞുണരുന്നു.
ഇനിയും എനിക്കുറങ്ങാനാവില്ല.
ഇനിയും നമ്മൾക്ക് ഉറങ്ങാനാവില്ല.
ഇത്രനേരം ചിരിച്ചുകൊണ്ട്
ചുറ്റും കൂടിനിന്ന നിലാവുകൾ
സാവധാനം തല പിൻവലിക്കുന്നു.
പുലരിനക്ഷത്രം
തല്ക്കാലം പിന്നോട്ടുപായുന്നു.

ഞാൻ ഉണർന്നിരിക്കുന്നു
ഉണർത്തുപാട്ടുകേട്ടുണരുക ഇവിടെ വെറും മോഹമാകുന്നു
ഓരോ മനസ്സും സ്വയം ഉണർത്തുപാട്ടായി ഉണരുക
ഈ ശിശിരകാലരാത്രിയിൽ
നമ്മൾ ഉറക്കം നഷ്ടപ്പെടുത്തുക
നമ്മൾ ഉറക്കത്തെ ഉറക്കിക്കിടത്തുക.
നക്ഷത്രങ്ങൾ ഉയരങ്ങളിൽ
ഇപ്പോഴും ഒരുങ്ങി നില്ക്കുന്നതു-
നമ്മൾക്കുവേണ്ടി,
ഇരുട്ടിന്റെ ഈ സാംക്രമിക രോഗം
താല്ക്കാലികമാണ്.
പൂവൻകോഴികൾ കൂവിവിളിക്കുന്നുവെന്ന
പൂർവ്വകാല വ്യാമോഹം നമ്മൾ കുടഞ്ഞുകളയുക.
ചീവീടുകളുടെ ആക്രോശവും അരുളപ്പാടും
നമ്മൾ അവഗണിക്കുക
ദൂര നക്ഷത്രത്തിന്റെ
അപരാജിതസാന്ത്വനം മാത്രം നമുക്കുമതി,
ഏഴു കടലുകളുടെ ഉണർത്തുപാട്ടുമാത്രം നമുക്കുമതി.
നാലാം യാമത്തിന്റെ യാത്രക്കാരായ നമ്മൾ,
മുമ്പേ പോയവരുടെ ചോരപ്പാടുകൾ നമുക്കു വഴികാട്ടികൾ
മുറിവേല്പിക്കുന്ന കല്ലുകൾ നമ്മൾക്ക് കൂട്ടുകാർ
തുളച്ചെത്തുന്ന ശീതം നമ്മൾക്കു സൗഹൃദങ്ങൾ,
മഞ്ഞുപെയ്യുന്നുവെന്നോ?
ശീതം ഉറഞ്ഞു തുള്ളുന്നുവെന്നോ?
ശിശിരകാലരാത്രിയിൽ
ശീതം ഒരു സാമാന്യസത്യം മാത്രമാണ്.
നമ്മൾ മറക്കാതിരിക്കുക,
പറന്നു തളർന്ന പക്ഷിപോലെ
ഉറക്കം കൺപോളകളിൽ ചേക്കേറുന്നുവെന്നോ?
ഉണർച്ചയുടെ ആരംഭത്തിൽ അതു സ്വാഭാവികമാണ്.
നമ്മൾ അംഗീകരിക്കുക.

പ്രിയപ്പെട്ടവരേ, മണൽക്കാട്ടിൽ ഒറ്റപ്പെട്ടുപോവുന്ന നിങ്ങൾക്കു കൂട്ടുകാരനായി ഈ ശിശിരരാത്രി പിറന്നിരിക്കുന്നു. ശിശിരരാത്രിയിൽ ഞാനെന്റെ നിശാവസ്ത്രങ്ങൾ അഴിച്ചുവെക്കുന്നു. വനാന്തരങ്ങളിൽ വീണ്ടും ഒരു യാത്ര. നായാട്ടുസ്വപ്നങ്ങളും ചുമലിൽ പേറി ഒരു യാത്ര. എന്റെ സമത

ലമോഹങ്ങൾ ഈർപ്പമുള്ള മണ്ണിൽ ഇവിടെ ഞാൻ കുഴിച്ചുമൂടുന്നു. തിരിച്ചുവരുമ്പോൾ മുളച്ചുവരാനുള്ള ഈ വിത്തുകൾ, എന്റെ സമ്പന്നമായ സഹനത്തിന്റെ ഈ വിത്തുകൾ.

പ്രിയപ്പെട്ടവരേ, നിങ്ങൾ എങ്ങോട്ടുപോവുന്നു?
ദിശാബോധം നഷ്ടപ്പെടുന്ന യാത്രക്കാരനു ലക്ഷ്യം
നഷ്ടമാവുന്നു
ലക്ഷ്യം നഷ്ടപ്പെടുന്ന യാത്രക്കാരന് ജീവിതം
നഷ്ടപ്പെടുന്നു.
ജീവിതം നഷ്ടപ്പെടാൻ പാടില്ലാത്ത നമ്മൾ.
നാലാം യാമത്തിലെ യാത്രക്കാരായ നമ്മൾ–
പരാജയത്തിന്റെ പാതയോരത്ത്
വിശ്രമം വിധിക്കപ്പെടാത്ത നമ്മൾ
കൊയ്ത്തുപാടത്തിന്റെ സമൃദ്ധികളിൽ
വടക്കൻപാട്ടു കാതോർത്തു കഴിയാൻ
വിധിക്കപ്പെടാത്ത നമ്മൾ–
മുറിവേറ്റു ചോര കിനിയുന്ന നെഞ്ചുകൊണ്ടുമാത്രം
പ്രഭാതത്തെ പുണരാൻ വിധിക്കപ്പെട്ട നമ്മൾ
വിധിമുഹൂർത്തത്തിന്റെ മുറ്റത്ത്
എത്താറായവർ നമ്മൾ

വരുംകാലത്തെപ്രതി എനിക്കു പ്രിയപ്പെട്ട ചിന്തകളുണ്ടെന്നതു നേരാണ്. ആ നേരിന്റെ ബലത്തിൽ പ്രിയപ്പെട്ടതെല്ലാം പിന്നിലുപേക്ഷിക്കാൻ ഞാൻ പ്രാപ്തനാവുന്നു. ശിശിരകാലരാത്രിയിൽ എന്റെ സഹനങ്ങൾ കുഴിച്ചുമൂടാൻ ഞാൻ പ്രാപ്തനാവുന്നു. എന്റെ ഉറക്കം ഈർപ്പമുള്ള മണ്ണിൽ കുഴിച്ചുമൂടാൻ ഞാൻ പ്രാപ്തനാവുന്നു.

പ്രിയപ്പെട്ടവരേ,
പ്രയാണത്തിന്റെ ദൂരം കണ്ട് തലചുറ്റുന്നവർ
യാത്രക്കാരല്ല.
കാഠിന്യത്തിന്റെ കടന്നാക്രമണം കണ്ടു പേടിക്കുന്നവർ
പോരാളികളല്ല.
പൊരുതേണ്ട നേരങ്ങളിൽ പാട്ടുപാടുന്നവർ
പുരുഷന്മാരല്ല.
പ്രിയപ്പെട്ടവരേ,
പുരുഷന്മാരായി പൊരുതി നില്ക്കാൻ
പോരാളികളായി പിടിച്ചുനില്ക്കാൻ
വിധിക്കപ്പെട്ട നമ്മൾ–

ഒരു നാൾ മരുപ്പച്ചകളിൽ പുക പടരും
സിമന്റു കൊട്ടാരങ്ങളിൽ ഒരു നാൾ
മണൽക്കാറ്റ് ചൂളമടിച്ചെത്തും
അതിനുമുമ്പ്
അതിനുമുമ്പ് പ്രിയപ്പെട്ടവരേ
താല്ക്കാലിക സുരക്ഷിതമായ സാങ്കേതങ്ങളുപേക്ഷിക്കാൻ
തയ്യാറെടുക്കുക
കടലിടുക്കുകളുടെ തടസ്സം ഒരു തടസ്സമല്ല
ഉൾക്കടലുകളുടെ ഭീഷണി ഒരു ഭീഷണിയല്ല
പ്രതിരോധത്തിന്റെ ഇടിവാളുകൾ
കടലുകളിൽ തിരകളുയർത്തട്ടെ
പരിഹാസത്തിന്റെ പൊട്ടിച്ചിരി
കടുവകളിൽ പേടികളായി പതിക്കട്ടെ
മാംസപേശികളുടെ പടയൊരുക്കം മേഘങ്ങളറിയട്ടെ
ഇഴയുന്ന ജീവികൾ ചെതുമ്പലുകൾക്കു കാവൽ നില്ക്കട്ടെ
പ്രിയപ്പെട്ടവരേ,
ഒരുങ്ങുക
നമ്മളൊരുങ്ങുക

നമ്മൾ കനിവു കാണിക്കേണ്ടത് നമ്മളോടല്ല. നിലാവിനെ കിനാവുകണ്ട് ഗ്രഹണമുഖത്ത് എടുത്തെറിയപ്പെടുന്ന നിഷ്കളങ്കതകളോട് നമ്മൾ കനിവു കാണിക്കുക. താരാട്ടുപാടാൻ ഈരടികൾ ഓർത്തുവയ്ക്കവേ വിധവയായിത്തീരുന്ന യുവവധുവിനുവേണ്ടി നമ്മൾ കനിവുകൾ കരുതിവയ്ക്കുക. കാത്തിരിക്കുന്ന അമ്മയുടെ വാത്സല്യങ്ങളിൽ കുന്തമുന പോലെ വന്നുതറയ്ക്കുന്ന പാതകത്തിനുവേണ്ടി നമ്മൾ ക്രൂരതകൾ കരുതിവയ്ക്കുക.

പീടികത്തിണ്ണകളിൽ കൊതുകും
തണുപ്പും സ്വപ്നമാക്കുന്നവർ
സ്തുതിഗീതം പാടി താലോലിക്കുന്ന
ഈ ശിശിരരാത്രി
മാളികയുടെ മൂന്നാം നിലയിൽ പതിവുറങ്ങുന്നവർ
തുണിയുരിഞ്ഞു നാണം കെടുത്തുന്ന
ഈ ശിശിരരാത്രി
പാതകത്തിന്റെ ശാന്തിമന്ത്രംപോലെ
ഈ ശിശിരരാത്രി–
കടവാതിലുകൾ വീണ്ടും ഭേരിമുഴക്കുന്ന ഈ രാത്രി

കോമ്പല്ലുകളിൽ വീണ്ടും ചോരപുരളുന്ന ഈ രാത്രി
പ്രിയപ്പെട്ടവരേ,
ഈ രാത്രി.....
ശീതജലപ്രവാഹം പിന്നെയും വന്നുകഴിഞ്ഞു
തോണികളിൽ മുറിച്ചുകടക്കാവുന്നതല്ല ഈ പ്രവാഹം
നങ്കൂരങ്ങളിൽ തറഞ്ഞുനില്ക്കാനുള്ളതല്ല ഈ നേരം
പെട്ടകത്തിന്റെ കഥ പറഞ്ഞു
കാലം കഴിക്കേണ്ടതല്ല ഈ കാലം
അയോദ്ധ്യയും ശതപുരപർവ്വതങ്ങളും
പാരീസും സ്പാർട്ടാക്കസും
പ്രതികാരവും പാർത്ഥനും പരശുരാമനും
പിന്നെയും
കഥകളിൽ കടന്നുവരുന്നു.

അന്യരുടെ ഭൂമിമുകളിൽ ആർക്കോവേണ്ടി ജീവിതം ബലികൊടുക്കുന്ന നിങ്ങൾ, സ്വന്തം ഭൂമിയുടെ അഭിമാനങ്ങളിലേക്ക് തിരിച്ചുവരണം. തരിശുകളുടെ സമൃദ്ധികളോട് വിട പറഞ്ഞ് വളമണ്ണിന്റെ ഇല്ലായ്മകളിലേക്ക് തിരിച്ചുവരണം. അടിമയുടെ ആക്രന്ദനം കടലുകളിൽ കലക്കിക്കളഞ്ഞ് നിങ്ങൾ തിരിച്ചുവരണം.

പ്രിയപ്പെട്ടവരേ, തിരിച്ചുവരൂ:
ഈ ഭൂമിയും ഭൂമിയിൽ സ്വപ്നങ്ങളും കാത്തിരിക്കുന്നു.
അഹല്യയെപ്പോലെ കാതോർത്തുകിടക്കുന്ന ഈ ഭൂമി
ആഫ്രിക്കയെപ്പോലെ കറുത്തുവളരുന്ന ഈ ഭൂമി
പ്രതാപികൾക്കുമാത്രം വശംവദയാവുന്ന
ഈ ഭൂമി
കാത്തിരിക്കുന്നു
കാത്തിരിക്കുന്നു

തലമുറയുടെ വയലുകൾ മുഴുവൻ നമുക്ക് വിളയിക്കണം. പോരാടി മരിച്ചവരുടെ പൈതൃകങ്ങൾ മുഴുവൻ നമുക്കു നട്ടുനനയ്ക്കണം. വികാസത്തിന്റെ എല്ലാ കതിരുകളും നമുക്കു സംഭരിക്കണം. അനന്തനീലിമകൾ മുഴുവൻ ചെപ്പുകളിൽ നമ്മൾ സൂക്ഷിക്കും. വിയർപ്പിന്റെ വൈഡൂര്യങ്ങൾ മുഴുവൻ നമ്മൾ കരുതിവയ്ക്കും കലവറകളും കൽവിളക്കുകളും നമ്മൾ കാത്തുസൂക്ഷിക്കും. നക്ഷത്രഗോപുരം നമ്മൾ പണിതുയർക്കും.

പ്രിയപ്പെട്ടവരേ,
സ്നേഹത്തിന്റെ കടലുകളിൽ
മുങ്ങിനിവരുന്ന നിമിഷങ്ങളിൽ

എല്ലാ കരകളിലും പൂവുകൾ വിടരുന്നത് നമ്മൾ കാണും
എല്ലാ നിശ്ശബ്ദതകളിൽനിന്നും സംഗീതം ഉറവെടുക്കുന്നത്
നമ്മൾ കേൾക്കും.
എല്ലാ ഇരുട്ടിൽനിന്നും
വെളിച്ചം പടർന്നു കയറുന്നത് നമ്മളറിയും.
എല്ലാ ഗദ്ഗദങ്ങളിൽനിന്നും
താരാട്ടുകൾ മുളപൊട്ടുന്നത് നമ്മളറിയും.
എല്ലാ കാത്തിരിപ്പുകളിലും
ഇടവപ്പാതി പെയ്തുപെയ്തെത്തുന്നത് നമ്മളറിയും.

പുഴയിൽ കുളിക്കുന്ന കുട്ടികളെപ്പറ്റി

പുഴയിൽ കുളിക്കുന്ന കുട്ടികളാണിവർ
കടലിൽ കുളിക്കുന്നവരുടെ പാകതയും ധീരതയും
അവരിൽ കാണില്ല
തോണി തുഴയാൻ ശീലിക്കുന്ന കുട്ടികളാണിവർ
കപ്പലോടിക്കുന്ന തന്ത്രവും യന്ത്രവിദ്യയും
അവർക്ക് വശമായിട്ടില്ല
നീന്താൻ പഠിക്കുന്ന ആഹ്ലാദത്തിമിർപ്പാണവർ
മുങ്ങൽ വിദഗ്ദ്ധന്റെ അഭ്യാസചാതുരി
അവർക്ക് സ്വായത്തമായില്ല
ഒഴുക്കിലൂടുളിയിട്ട് തിമിർക്കുന്ന ആവേശമാണവർ
കടൽപ്പട്ടാളത്തിന്റെ അനിവാര്യമായ അച്ചടക്കം
അവരിലുണർന്നുകഴിഞ്ഞിട്ടില്ല
കരയിലെല്ലാം മുൾവേലികൾ
കടവിലെല്ലാം കാവല്ക്കാർ
അത് വേണ്ട
നീന്തിത്തിമിർക്കുമ്പോൾ
താക്കീതുകൾ അരുത്.
തുഴഞ്ഞു തളരുമ്പോൾ
തുറുകണ്ണുകൾ പാടില്ല
കരയിലെല്ലാം മുൾവേലികൾ
കടവിലെല്ലാം കാവല്ക്കാർ
അതുവേണ്ടാ

കൂട്ടത്തിൽ കുളിക്കുമ്പോൾ
കാലുവാരുന്ന ചതിയൻ കുട്ടികളെ മാത്രം തെരഞ്ഞുപിടിച്ച്
കരയ്ക്കു കയറ്റി ചെവി പിടിച്ചു-
പുറത്താക്കിയാൽ മതി.
പുഴയൊഴുക്കിന്റെ ഉല്പത്തിയുടെ ഉറവയിൽ
പാഷാണം കലക്കുന്ന കറുത്ത കൈകൾ മാത്രം
പിന്നാംപുറം പിടിച്ചുകെട്ടിത്തല്ലുകൊടുത്തു-
മാറ്റി നിർത്തിയാൽ മാത്രം മതി.
കൂട്ടത്തിൽ കുളിക്കുമ്പോൾ
പാറയിൽ കേറി താഴെ കൂട്ടുകാരെ കല്ലെറിഞ്ഞു
കൊഞ്ഞനം കാട്ടുന്ന
താന്തോന്നികളെ മാത്രം തുടയിൽ നുള്ളി
ശിക്ഷിച്ചാൽ മതി
കടലിൽ കുളിക്കുന്ന പാകതയെത്തിയവന്റെ പ്രത്യയശാസ്ത്രം
പുഴയിൽ കുളിക്കുന്ന കുട്ടികൾക്ക് ബാധകമാക്കരുത് കേട്ടോ
പുറംകടലിന്റെ ഭൂമിശാസ്ത്രം
കുളിക്കടവിനു ബാധകമാവരുത് കേട്ടോ.
നീന്താൻ പഠിക്കുന്ന കുട്ടികൾക്ക്
പാതാളലോകത്തിന്റെ നിയമാവലി
നീതീകരിക്കാനാവില്ല, കേട്ടോ.

അവസാനത്തെ പ്രണയകവിത

നിലാവുകളും നക്ഷത്രങ്ങളും മരിച്ചുപോയ
ഈ രാത്രി
നിന്റെ മുഖം ഇരുട്ടുകടലിൽ മുങ്ങിത്താഴുന്ന
ഈ രാത്രി–
ഒരു വിഷാദഗാനം പാടി പല്ലവി പുതുക്കാൻ
ഈ രാത്രി
എനിക്കൊരു തന്തിയുള്ള തമ്പുരുവില്ലല്ലോ
ഒരു കത്തിയുമായി പുറത്തിറങ്ങി
സ്വന്തം കിനാവിന്റെ ചോരയിൽ കുതിർന്നു തിരിച്ചുവരാൻ
ഈ രാത്രി
എനിക്കൊരു ഭ്രാന്തൻ കാമുകനല്ലല്ലോ
എങ്കിലും മേഘാ,
സ്നേഹം പോലെ നിറഞ്ഞു നില്ക്കുന്ന നിന്റെ കണ്ണുകളിൽ
ഒരു സൂര്യമുകുളം ഞാൻ പ്രതീക്ഷിച്ചു
സംഗീതംപോലെ സമ്പന്നമായ നിന്റെ ശ്വാസങ്ങളിൽ
ഒരാരോഹണം ഞാൻ പ്രത്യാശിച്ചു
നിന്റെ നിനവുകളുടെ വിദൂരഭൂമികളിൽ
ഒരു വിളക്കുമാടം ഞാൻ അവകാശപ്പെട്ടു
നിന്റെ കാമനയുടെ ഹരിതതീരങ്ങളിൽ
ഒരു ചുകന്ന പൂ ഞാൻ മോഹിച്ചു
എങ്കിലും മേഘാ,
നിശ്ശബ്ദതയിൽനിന്നും മുഴങ്ങിത്തീരാത്ത പ്രതികാരം പോലെ
ഈ രാത്രി–

നിന്റെ നിഷേധത്തിന്റെ മൗനദുഃഖത്തിന്റെ സങ്കീർത്തനം പോലെ
ഈ രാത്രി–
സ്നേഹമെന്തെന്നറിയുന്ന
മോഹം പെയ്യുന്ന ഈ യാമങ്ങളിൽ
മേഘാ,
ഒരു വിരഹവേദനപോലുമാകാതെ
പർവ്വതക്കാറ്റുകളിൽ
ശീതങ്ങളോടെതിരിട്ടുനിന്ന്
വാസനകളോടേറ്റുമുട്ടി
മറ്റൊരു കുരിശുദാഹമായി
ഞാനതിജീവിക്കുന്നു...
നീയറിയാത്ത
എന്റെ കുന്നുകളും കുരിശുകളും
നീയറിയാത്ത
എന്റെ പാതിരാമോഹങ്ങളും പ്രഭാത ദുഃഖങ്ങളും
എങ്കിലും മേഘാ,
കോളു കൊള്ളുന്ന ഈ വിധുരവിഹ്വലതകളിൽ
ഒരു സാന്ത്വനം പോലെ നിന്റെ മുഖം
എന്റെ പീഠഭൂമികളിൽ പ്രതിബിംബിക്കുന്നു
നിലാവുപെയ്യാത്ത ഈ രാത്രിയുടെ മുഖം
നിന്റെ മുഖമായി എന്റെ അശാന്തികളിൽ
നിറഞ്ഞു വിരിയുന്നു
എങ്കിലും മേഘാ,
ലതാനികുഞ്ജങ്ങൾ കിനാവുകാണാൻ ഇഷ്ടമില്ലാത്ത ഞാൻ
ഇപ്പോഴും മരുപ്പരപ്പുകളിലാണ്
നിലാവുകളെ താലോലിക്കാൻ ഒരുങ്ങിയിട്ടില്ലാത്ത ഞാൻ
ഇപ്പോഴും ഇരുട്ടുകളിലാണ്
എനിക്കുവേണ്ടിമാത്രം വിടർന്ന ചുകന്ന പൂവായി
എന്നെ മാത്രം കാത്തിരുന്ന ഇടവപ്പാതി മോഹമായി
മേഘാ,
നിന്നെ ഞാൻ കണ്ടുമുട്ടുന്നു
ചെളിയും ശൈത്യവും നിറഞ്ഞ ഇടവഴികൾ താണ്ടി
ജഡതയും ജാള്യതയും തളം കെട്ടിയ തെരുവോരങ്ങൾ ചവിട്ടി
സഹയാത്രികരില്ലാതെ വന്നെത്തിയ യാത്രക്കാരൻ
നിന്നെ കണ്ടുമുട്ടുന്നു.
ഒരിക്കലും കണ്ടുമുട്ടാനിടയില്ലെന്നു കിനാവുകളിൽ
കുഴിച്ചുമൂടിയ
നിന്റെ മുഖം
മേഘാ,

സ്നേഹമില്ലാത്ത രാത്രിയുടെ വിശപ്പിനുമുമ്പിൽ
അപ്പമായി ഞാൻ കരുതിവെച്ചു
ഒരിക്കലും വിളവെടുക്കാനാവില്ലെന്നു ഖേദംകൊണ്ട വയലുകളിൽ
മേഘമേ,
ഞാനെന്റെ ആഹ്ലാദങ്ങൾ വിത്തിറക്കി
പക്ഷേ, മേഘമേ...
സ്വപ്നത്തിന്റെ പൂവുകളെല്ലാം കൊഴിഞ്ഞുതീരുമ്പോൾ
ബാക്കിനില്ക്കുന്ന മുള്ളുകൾകൊണ്ട്
ഞാനാരെ മുറിവേല്പിക്കണം?
എന്റെ പ്രണയരാത്രികളിൽ
ഇന്നോളം കത്തിനിന്ന സുഗന്ധനാളം
ആദ്യമായി ഊതിക്കെടുത്തി
ഞാൻ പോകുമ്പോൾ
നിലാവുകളുടെ നനുത്ത മേനിയെ ചവിട്ടിമെതിച്ച്
ഞാൻ പോകുമ്പോൾ
അകലെയെങ്ങോ എന്നെ കാത്തിരുന്നു വേദനിക്കുന്ന
ആർദ്രതകളിൽ നഖങ്ങളാഴ്ത്തി
ഞാൻ പോകുമ്പോൾ
അരുതേ അരുതേ എന്ന് തടുത്തുനിർത്തി
വീണ്ടും വിഹ്വലയാവുന്ന വാത്സല്യത്തെ വിഗണിച്ച്
ഞാൻ പോകുമ്പോൾ
അവസാനമായി
മേഘമേ,
ജന്മാന്തരബന്ധത്തിന്റെ നാണക്കേടു പറഞ്ഞ്
അഭിനിവേശത്തിന്റെ വിരിയാത്ത പൂക്കൾ
ഞാനൊരിക്കലും കുരുതികൊടുക്കില്ല...

ചാലിയാർ

ഞങ്ങളീ ചാലിയാർ തീരത്തിഴയുന്ന
മണ്ണിലെ ജീവികൾ
ഞങ്ങൾ വിഷജലം മാത്രം കുടിക്കാൻ പിറന്നവർ?
ഞങ്ങൾ വിഷവായു മാത്രം ശ്വസിക്കാൻ ജനിച്ചവർ?
ഞങ്ങൾ വിധിയുടെ വേദന പേറി പിടയാനുയിർത്തവർ?

എല്ലാം കുടിച്ചുതിന്നു കൂത്താടുന്ന നഗരഭീകരതയ്ക്കു മുമ്പിൽ
ഞങ്ങളീ നാട്ടുമ്പുറത്തുകാർ
ഇനിയുമിങ്ങനെ
വീണു കിടന്നു വിണ്ണു നോക്കി വിലപിക്കാനോ?
ഞങ്ങളുടെ പ്രഭാതത്തിന്റെ പ്രിയദ സ്വപ്നങ്ങൾ
ഒരു കൊലപാതകിയുടെ
തണുത്ത ചോരപോലെ സൗമ്യമായ
ക്രൂരതയ്ക്കു മുമ്പിൽ
ഇനിയുമിങ്ങനെ
ഒരു കുഞ്ഞാടായി കഴുത്തു നീട്ടിനിന്നു കൊടുക്കാനോ?
പ്രതികാരങ്ങളും പണിയായുധങ്ങളും
ഞങ്ങളാകാശത്തിലേക്കുയർത്തുന്നു.
ഈ മണ്ണിന്റെ പ്രിയപ്പെട്ട മാറിടത്തിൽ ചവിട്ടിനിന്ന്
പ്രതികാരങ്ങളും പണിയായുധങ്ങളും
ഞങ്ങളാകാശത്തിലേക്കുയർത്തുന്നു.

ഉയർത്തിക്കഴിഞ്ഞ പണിയായുധം
ഞങ്ങളിനിയും താഴ്ത്തും മുമ്പ്
ഉണർന്നു കഴിഞ്ഞ പ്രതികാരം
ഉറയിലിനിയും ഉറങ്ങും മുമ്പ്
ഈറനണിഞ്ഞ സൗമ്യസഹനം
ഉടവാളിനിയും ഓങ്ങും മുൻപ്
ഇറാനിലെ എണ്ണപ്പാടങ്ങൾ
കത്തിപ്പടരും മുമ്പ്
ചിലിയുടെ ചെമ്പുഖനികൾ
തിളച്ചുരുകുംമുമ്പ്
ഗുരുവായൂരപ്പന്റെ താഴികക്കുടം
പൊട്ടിത്തകരും മുമ്പ്
അറാഫത്തിന്റെ ഒലീവിലയിലെ ചോരത്തുള്ളി
ഭൂപടം കലക്കും മുമ്പ്
ഒരു നിമിഷം!
കോന്തൻകവികളും കാഞ്ചികാമകോടികളും കുളംകോരി
കൊടിമരം നാട്ടും മുമ്പ്
ബിർളയും ബോണപ്പാർട്ടും കൂട്ടുപ്രതികളായി
കൈയാമം വെക്കപ്പെടും മുമ്പ്
ഒരു നിമിഷം !

നിശ്ശബ്ദതാഴ്വരയ്ക്കുവേണ്ടി നിലവിളിക്കുന്നവരാരും
എന്റെ കാളിന്ദിയുടെ കദനം കാണുന്നില്ല
ബിന്ദുസാരപുത്രന്റെ പിൻഗാമികളാരും
എന്റെ കലിംഗയുടെ കണ്ണുനീർ കാണുന്നില്ല
വോൾഗയുടെ വെളുത്ത വിജയഗീതത്തിന്റെ സ്തുതിപാഠകരാരും
എന്റെ കാവേരിയിൽ തിരയടിക്കുന്ന കാകോളം കാണുന്നില്ല.
കായലോരത്തൂടെ കപ്പലോടിച്ചു കണ്ണുരുട്ടുന്ന
ഏഴാംപടയുടെ എഴുന്നള്ളത്ത് കണ്ട്
കൺകുളിർക്കുന്ന നിങ്ങൾ–
നന്ദാദേവിയുടെ ഗർഭത്തിൽ കാപട്യം നിക്ഷേപിച്ചു
കടന്നുകളഞ്ഞ
കാളക്കണ്ണന്റെ കലികാലലീലകണ്ട്
കൈതൊഴുന്ന നിങ്ങൾ–
പള്ളികൊണ്ട പുരങ്ങളിൽ പടയോട്ടത്തിന്റെ
പിറന്നാളാഘോഷം പുരമാക്കുന്ന നിങ്ങൾ–

നിദ്രകളിൽ പറന്നെത്തി കുടിയേറുന്ന
കറുത്ത കഴുകന്റെ ചിറകടികൾ താലോലിക്കുന്ന നിങ്ങൾ–
നിങ്ങൾ
എന്റെ ചാലിയാറിന്റെ ദുരിതമറിയുന്നതെങ്ങനെ?

ബ്രഹ്മപുത്രയുടെ വിഹ്വലതയിൽ
ഇനിയെന്നാണ് ഒരു താരാട്ടുണരുക?
യക്ഷന്റെ മേഘങ്ങളിൽ
ഇനിയെന്നാണ് ഒരു പ്രണയഗീതം പിറക്കുക ?
ശന്തനുവിന്റെ സായന്തനങ്ങളിൽ
ഇനിയെന്നാണ് അസ്ത്രവീര്യത്തിന്റെ ആഹ്വാനം
അവതരിക്കുക?
രന്തിദേവന്റെ ദയാവായ്പുകളിൽ
ഇനിയെന്നാണ് ഒരു പ്രാവിൻ കുഞ്ഞ്
പറന്നുവന്ന്, രക്ഷ തേടുക?

(തീരത്തു മേഞ്ഞു നടന്നവൾ പൂവാലി
ചോരചുരത്തുന്നു.
വാഴക്കുടപ്പനിൽ തേൻ തേടിയെത്തിയൊരണ്ണാറക്കണ്ണൻ
വാലറ്റു മണ്ണിൽ പിടയുന്നു.
പുന്നെല്ലു കൊത്തിപ്പറന്ന പനങ്കിളി
പാട്ടുകൾ പാടിപ്പറന്ന പനങ്കിളി
പാട്ടുകൾ കൊക്കിൽ കുരുങ്ങുന്നു.
പൂതേടിപ്പോയവർ പൈതങ്ങൾ
പൂവിളി കേൾപ്പിച്ച പൈതങ്ങൾ
പൂവുകളില്ലാതെ പൂവിളിയില്ലാതെ
കണ്ണിൽ കുരുപ്പിൻ കുരുക്കളുമായി മടങ്ങുന്നു)
ബ്രാണ്ടിയും വിസ്കിയും നിറഞ്ഞ നിന്റെ സ്വകാര്യക്കിണറുകളിൽ
ഈ ചാലിയാറിന്റെ പ്രതികാരം
ബിർളാ
ഒരു നാൾ കടന്നെത്തും
തടിച്ചുരുണ്ട തലയിണയും താക്കോൽക്കൂട്ടവും സ്വർണ്ണപ്പല്ലും
സുഖഭോഗിക്കുന്ന
നിന്റെ ശീതസമീകൃതസ്വാസ്ഥ്യങ്ങളിൽ
കരിഞ്ഞുപോയ ഈ കരയുടെ ക്രോധങ്ങൾ
ഒരു നാൾ അതിക്രമിച്ചു കടക്കും

പെന്റഗൺ പണിതുയർത്തിയ വെടിമരുന്നുശാലകളിൽ
നാണം കെടുത്തപ്പെട്ട ഈ പുഴയൊഴുക്ക്
ഒരു നാൾ ആർത്തലച്ചെത്തും
അതുവരേക്ക്
അതുവരേക്കു മാത്രം
ഞങ്ങളീ ചാലിയാർ തീരത്തെ
മണ്ണിലെ
മനുഷ്യന്മാർ
ഞങ്ങൾ വിഷജലം തന്നെ കുടിച്ചു ജീവിക്കും
ഞങ്ങൾ വിഷവായു തന്നെ ശ്വസിച്ചു ജീവിക്കും
ഞങ്ങൾ
അതിജീവിക്കും.

ഇരയായി മാറിപ്പോയ നിന്നെപ്പറ്റി

(*പോക്കുവെയിൽ* എന്ന സിനിമയിലെ കവിയായ
നായകപാത്രത്തെപ്പറ്റി ഒരു പാഠഭേദം)

തകർന്ന തറവാടിന്റെ ദുരിതങ്ങൾക്കും പ്രണയഭംഗത്തിനും
പ്രകൃതിഭംഗിക്കും സംഗീതത്തിനും സംശയങ്ങൾക്കും
സ്വന്തം കവിതയ്ക്കും നിശ്ശബ്ദതയ്ക്കും
പിന്നെ വേട്ടയാടുന്ന പേടിസ്വപ്നങ്ങൾക്കും
ഇടയിൽ
ഒരു ഇരയായി മാറിപ്പോയ
നിന്നെ
'ലിറ്റിൽ കവിത' എന്ന തിയേറ്ററിൽ
ഇന്നലെ ഞാൻ കണ്ടു

(ഒരു ക്യാമ്പസ് കവിയരങ്ങിൽ കണ്ടുമുട്ടിയ ആദ്യപരിചയം
പിന്നെ നഗരത്തിൽ
ഒരു സപ്തതിയാഘോഷത്തിന്റെ സന്ധ്യയിൽ
ഒരു കൂടിക്കാഴ്ച
നാം തമ്മിലിത്രമാത്രം)

നീ
ഇടനാഴികളിൽ ഇടറുന്നതും
ഇടനെഞ്ചമർത്തി യാത്രാമൊഴികളുരിയാടി പടിയിറങ്ങുന്നതും
ഞാൻ കണ്ടതാണ്.
കുറ്റബോധത്തിന്റെ നൊമ്പരം കുടിച്ച് മാപ്പുസാക്ഷിയായി
നീ നിലവിളിക്കുന്നതും
മരണവാർഡിൽ

ജീവിതത്തിന്റെ പൊരുളു തേടി തളർന്നുയിരു തേടി നീ പിടയുന്നതും
ഞാൻ കണ്ടതാണ്
ദുഃഖവെള്ളിയാഴ്ചകളും ബലികളും തേർവാഴ്ചകളും
ചവുട്ടിക്കടന്ന്
ചെസ്നാലയുടെ പ്രതികാരത്തിന്റെ പെരുമ്പറ മുഴക്കുന്നതും
നെരൂദയുടെ നക്ഷത്രമുയർത്തിപ്പിടിച്ച് പാട്ടുപാടുന്നതും
ഞാൻ കണ്ടതാണ്.
പിന്നെ ഞാൻ കാണുന്നതോ–
ഭ്രാന്താശുപത്രിയിലൊരു കട്ടിലിൽ
ജന്മത്തിലേക്കു തിരിച്ചു പോകുന്ന ഒരു ഭ്രൂണമായി
നിന്നെ ഞാൻ കണ്ടു

ബാലൂ
നീയൊരു ബാലനെപ്പോലെ
*പിടിക്കപ്പെട്ടുപോയിരിക്കുന്നുവെന്നു ഞാൻ കാണുന്നു.
ഇരതേടികളുടെ കുരുക്കുകളിൽ ഒരിരയായി
അവരുടെ ഇരതേടി മന്ത്രത്തിന്റെ പൊരുളറിയാത്തവൻ
പാവം കുട്ടി,
നീ വെറുതെ വീണുപോയിരിക്കുന്നുവെന്നു ഞാൻ
കാണുന്നു–

അച്ഛൻ മരിച്ച മകന്റെ ദുഃഖം
നിന്റെ മാത്രം ദുഃഖമല്ല
പ്രണയം ചതിച്ച മുറിപ്പാടിന്റെ നൊമ്പരം
നിന്റെ മാത്രം നൊമ്പരമല്ല
പടികൾ കയറി ഓടിപ്പോകുന്ന കൂട്ടുകാരന്റെ വേർപാടും
പുഴയിൽ കത്തുന്ന തീയും
പിൻതുടർന്നെത്തുന്ന പേടിയും
നിന്റെ മാത്രം പീഡാനുഭവങ്ങളും അല്ല
എന്നിട്ടും
ഇരതേടിയലഞ്ഞ കറുത്ത ഭൂതങ്ങളുടെ കെണിയിൽ
ഒരു മുയൽക്കുഞ്ഞായി നീ വീണുപോയല്ലോ
(അവർ–
കാട്ടാളനായി ഉറഞ്ഞു തുള്ളിക്കടന്നുവന്നവനെ
പൂച്ച കരയിച്ച അവർ!
നക്ഷത്രങ്ങളുടെ പാട്ടുപാടാൻ നട്ടെല്ലുയർത്തിയ
കുട്ടികളെ കൂട്ടം തെറ്റിച്ച അവർ!)

സംവിധായകപ്രതിഭയും ദാർശനികമാനങ്ങളും
ദൃശ്യാനുഭവ സാഫല്യവും മറ്റു മാഹാത്മ്യങ്ങളും
കേൾക്കാൻ പോകുന്ന പൂരമാണ്, എനിക്കറിയാം
വേട്ടക്കാരന്റെ വീരശൂരപരാക്രമങ്ങൾ

വേട്ടമൃഗത്തിന്റെ കണ്ണിൽ കൊരുത്തു കാണുമ്പോൾ
കളിമാറുമെന്നും കഥ മാറുമെന്നും പക്ഷേ, നിങ്ങളറിയണം!
അവസാനമായി
ബാലു,
എന്റെ പ്രത്യാശകൾ ഇത്രമാത്രം–
പരദൈവങ്ങളുടെ നടുമുറ്റവും പീഠങ്ങളും തകർത്ത്
പിതാമഹന്മാരുടെ നരബലിയും തേർവാഴ്ചകളും തകിടംമറിച്ച്
ഇനിയും നീ വരും
ചെസ്നാലയുടെ പ്രതികാരമുള്ള കൈകളായി
നെരൂദയുടെ കവിതയുടെ നക്ഷത്രമായി
ഇനിയും നീ വരും
പോക്കുവെയിലിന്റെ മനോഹരമായ രോഗരശ്മികളിൽനിന്നും
രക്ഷപ്പെട്ട്
ഭ്രൂണാവസ്ഥയിലേക്കുള്ള മാരകമായ തിരിച്ചുപോക്കിൽനിന്നും
തലകുടഞ്ഞ്
നീ വരും (നീ വരുമോ)
വരുമെന്നുറപ്പില്ലാത്ത സന്ദിഗ്ദ്ധ നിമിഷത്തിന്റെ
സ്നേഹവേദന പേറി
ഒരു നേർത്ത രക്തബന്ധത്തിന്റെ
സാന്ത്വനം പോലെ
ഒരേ ചരിത്രഘട്ടത്തിന്റെ തരംഗദൈർഘ്യത്തിന്റെ
സാക്ഷിവചനം പോലെ
ബാലു,
എന്റെ വാക്കുകൾ ഇത്രമാത്രം.

കുറിപ്പ്:

*. ഇളംപ്രായത്തിലേ പിടികൂടുക (Catch them young)

കവിതയുടെ മാനിഫെസ്റ്റോ

ആരാണിന്നു കവി?
അപഥചാരികൾക്കു വിളക്കെരിയിക്കാൻ
നിശാദൗത്യമേറ്റെടുക്കുന്നവനല്ല കവി.
ഉന്മാദനൃത്തമാടുന്ന നഗരയക്ഷിണികൾക്ക്
തലമറന്നു ചാമരം വീശുന്നവനല്ല കവി.
പട്ടണപ്പരിഷകൾ ഇരതേടിയെത്തുന്ന നേരങ്ങളിൽ
പുല്ലാങ്കുഴലൂതി വെറുതെ ചിരിക്കുന്നവനല്ല കവി.
ആരാണാരാണിന്നു കവി?
നീതിയുടെ സിര മുറിയുമ്പോൾ
നിലവിളി നെഞ്ചിലുടക്കി പൊരുതി നില്ക്കുന്നവനാണ് കവി.
ഇരുട്ടുകൾ ചുരമാന്തി ചുരമിറങ്ങുമ്പോൾ
അക്ഷരങ്ങളിൽ വാളോങ്ങി കാവൽ നില്ക്കുന്നവനാണ് കവി.
ശ്വാസോച്ഛ്വാസ ശേഷിയുള്ള തടിച്ച ശവങ്ങൾ
പെരുവഴിയിൽ കൂർക്കം വലിക്കുമ്പോൾ
പഴങ്കഥയിലെ നാടോടി മന്നനെപ്പോലെ
വിയർത്തദ്ധ്വാനിക്കുന്നവനാണ് കവി.
എന്താണിന്നു കവിത?
പ്രതികാരത്തിനായ് ഉറഞ്ഞൊരുങ്ങുന്ന കണ്ണകിയുടെ
ചിലമ്പാണിന്നു കവിത.
ചരിത്രത്തെ ചുണ്ടിനില്ക്കുന്ന ഏകലവ്യന്റെ
വിരലാണിന്നു കവിത.
മരച്ചുവടു വിട്ടിറങ്ങുന്ന ബോധോദയത്തിന്റെ
വിളിയാണിന്നു കവിത.

എന്താണെന്താണിന്നു കവിത?
ദൂരങ്ങൾ ലക്ഷ്യമാക്കുന്ന കപ്പലോട്ടത്തിന്റെ
വേഗമാണിന്നു കവിത.
പ്രേതഭൂമിയിലൂടൊരു യാത്രയാണിന്നു കവിത.
സ്വപ്നങ്ങളിലൊരു പൊട്ടിത്തെറിയാണിന്നു കവിത.
കവിത കൊലചെയ്യപ്പെടുമ്പോൾ
കുരിശുമരണമാഘോഷിക്കുന്നവൻ കവിയല്ല.
വിധിക്കപ്പെട്ട്
കരഞ്ഞു കഴിയുന്ന മുനികുമാരനുമല്ല കവി.

ആരാണിന്നു കവി?
ചരിത്രത്തിന്റെ പടയൊരുക്കം കാണുന്ന
കണ്ണാണിന്നു കവി.
എന്താണിന്നു കവിത?
വേലിയേറ്റത്തോടൊപ്പം വേഗം കൂടുന്ന
തിരമാലയാണിന്നു കവിത.

ഏകലവ്യൻ

ഏതോ ശമശ്യാമ സന്ധ്യതൻ തീരത്ത്
നിന്നെ വിളക്കായ് മനസ്സിൽ നമിച്ചതും
ഏതോ കരിനിഴൽ പാതയോരത്തു ഞാൻ
നിന്നെ പൊരുളായ് മനസ്സിൽ നിറച്ചതും
ഒറ്റയ്ക്കു സംഗ്രാമഭൂമിയിൽ പോകുവാ-
നൊറ്റയ്ക്കിരുന്നു ഞാൻ നിന്നെ ധ്യാനിച്ചിതും
ഒന്നും തരാതെ നീ ദക്ഷിണ ചോദിച്ചു-
വാങ്ങി, പുരാതന ദുഃഖം കുടിക്കുവാൻ
പിന്നെയും കാട്ടിലേക്കെന്നെ നീ വിട്ടതും
ഗുരു,
ഇന്നു ഞാനോർക്കുന്നു
ഓർത്തിരിക്കുന്നു.

കാട്ടുകിഴങ്ങുകൾപോലെ പരുക്കനായ്
കാട്ടിലെ ചോലനീർപോലെ വിശുദ്ധനായ്
അദ്ധ്വാനമെന്തെന്നറിഞ്ഞു ജീവിച്ചവൻ
അച്ഛന്നരുമക്കിടാത്തനാണെങ്കിലും
രാജപുരിയുടെ സ്വർണ്ണവിളക്കുകൾ
എന്റെ മിഴികളിൽ വേലിയേറ്റങ്ങളായ്
മാറവേ, വന്നു ഞാൻ ദൂരപുരാതന-
പൈതൃകം പിന്നിലുപേക്ഷിച്ചുവന്നു ഞാൻ.
എന്റെ തമസ്സിന്റെ ശാന്തവനങ്ങളിൽ
സൂര്യനായ് നിന്നു ജ്വലിച്ചു നീ നില്ക്കവേ
ഗുരു,

പ്രാർത്ഥിച്ചുനിന്നു ഞാൻ തമസോ മാ....
രാവിൽ കടവിൽ ഞാനെത്തിവിളിക്കവേ
അക്കരെ
രാജപുരിയുടെ ദിവ്യസുഖങ്ങളിൽ
ഗുരു,
നീ നിന്നു പുഞ്ചിരി തൂകി....
നിന്റെ വെള്ളത്താടിയുടെ വിശുദ്ധമായ ചിരി
ഗുരു,
ഇന്നു ഞാൻ തിരിച്ചറിയുന്നു
നിന്റെ കാഷായവേഷത്തിന്റെ കാപട്യം
ഇന്നു ഞാൻ തിരിച്ചറിയുന്നു
നിന്റെ നീതിസാരത്തിന്റെ നിസ്സാരമല്ലാത്ത സാരവും
ഗുരു,
ഇന്നു ഞാൻ തിരിച്ചറിയുന്നു
രാജകുമാരന്റെ വില്ലാളിവീരത്വം ഉറപ്പുവരുത്താൻ
നീയെന്റെ പെരുവിരൽ ഗുരുദക്ഷിണ ചോദിച്ചു.
അഭിജാതപുത്രന്റെ അഹന്തയ്ക്ക് അയിത്തമേല്ക്കാതിരിക്കാൻ
നീയെന്നെ കാഠിന്യത്തിന്റെ പുറമ്പോക്കിൽ കുടിയിരുത്തി
ഇരുട്ടിനും വെളിച്ചത്തിനുമിടയിൽ വെച്ച്
രാജകിങ്കരന്മാർ എന്നെയിട്ടു ചവിട്ടിയരച്ചപ്പോൾ
ഗുരു,
വിദ്വാന്റെ ഭൂഷണമണിഞ്ഞ്
നീ നിന്റെ വല്മീകത്തിൽ മൗനമനുഷ്ഠിച്ചു.
എന്റെ നെഞ്ചിലെ കിളിയെ ലക്ഷ്യമാക്കി
രാജസന്തതികൾ
അസ്ത്രപരീക്ഷണമാവർത്തിച്ചപ്പോൾ
അനുശാസനമന്ത്രമുരുക്കഴിച്ച്
നീ നിന്റെ ദാസ്യത്തിന്റെ ചാമരം വീശി.
കുടിയും തീനും കഴിഞ്ഞ് കൂത്താടാൻ പുറപ്പെട്ട
കൊട്ടാരകുമാരന്മാർ
മൃഗയാവിനോദമെന്ന വ്യാജേന
എന്റെ കൊച്ചു പെങ്ങളെ വേട്ടയാടിയപ്പോൾ
ധർമ്മാധർമ്മതത്ത്വവിചാരങ്ങളുരുവിട്ട്
നീ നിന്റെ യജമാനഭക്തി നട്ടുനനച്ചു:
ഗുരു,
ഇന്നു ഞാൻ നിന്നെ തിരിച്ചറിയുന്നു.
ഇന്നു ഞാൻ
ഗുരുദക്ഷിണ തിരിച്ചെടുക്കാൻ തീരുമാനിക്കുന്നു.
കറുകനാമ്പിന്റെ വേദനാനിർഭര–

ദുരിതജീവിതം ജീവിച്ചു തീർക്കവേ
നിന്റെ ക്രോധം കലക്കിക്കുടിച്ചതെൻ
ജന്മസ്വപ്നങ്ങൾ തന്നെയെന്നോർക്കുക!
മണ്ണുകൊണ്ടു ചുകന്നൊരീ മണ്ണിലെ
മൺമറഞ്ഞ കിനാവുകൾകൊണ്ടും
ഞാൻ പണിതൊരു പർണകുടീരം
നീയെരിച്ചു നിന്നാര്യകോപങ്ങളാൽ
(ഗുരു, നീയെരിച്ചുനിന്നാഢ്യബോധങ്ങളാൽ...)
പൊരുതിവീഴുന്ന പകലുകൾ താണ്ടിയും
കുരുതികൊള്ളുന്ന കുന്നുകൾ കേറിയും
രാജനീതിതൻ ക്രൗര്യവും പിന്നെയീ
ദുർദ്ദിനത്തിന്റെ പാതാള മേഘലവും
പേറി, ഞാനെൻ പുരാതന വേരുകൾ
തേടി, ജീവിതം തേടി ഞാൻ പോകവേ
എന്റെ സ്വപ്നങ്ങൾ സൂക്ഷിച്ച സൂര്യനെ
നീയറുത്തു നിന്നസ്ത്രവീര്യങ്ങളാൽ!
(ഗുരു, നീയറുത്തു നിന്നർത്ഥശാസ്ത്രങ്ങളാൽ...)
വിഷനഖവും കരിനാക്കും കൊലവിളിയും
കൂട്ടുചേരുന്ന പ്രതിസന്ധികളിൽ
ഗുരു,
നിഷ്പക്ഷനീതിശാസ്ത്രത്തിന്റെ കാഷായത്തിൽ
ഇനിയും കാപട്യമൊളിച്ചുവയ്ക്കാമെന്ന്
കരുതരുത്!
ദേവാസുരഗണങ്ങളും യാഗരക്ഷകളും നിലനില്ക്കാത്ത
ചോരയൊഴുകുന്ന ഈ ഭൂമിയിൽ
ഗുരു,
ഇനിയുമുറക്കം നടിച്ച് ഉണർത്തുപാട്ടുകൾ
അവഗണിക്കാമെന്ന്
കരുതരുത്
കരുതരുത്!

ദുഃസ്വപ്നങ്ങളുടെ രാത്രികൾ

ഇന്നലെ രാത്രി
ഒറ്റയ്ക്കൊരു കുടിലിൽ ജീവിക്കുന്ന എന്റെ അമ്മയെ ഞാൻ
സ്വപ്നം കണ്ടു
അമ്മയുടെ പ്രായമുള്ള വ്യഥയിൽ അമ്മ ശബ്ദമില്ലാതെ കരയുന്നു
കരയുന്ന അമ്മയ്ക്കു മുമ്പിൽ വിതുമ്പുന്ന കുഞ്ഞായി ഞാൻ മാറുന്നു
കുഞ്ഞായ ഞാൻ അമ്മയ്ക്കു തുണയാകാൻ കൊതിക്കുന്നു
ഒരു തേങ്ങലോടെ അമ്മ തെന്നിമാറുന്നു
അമ്മ അകന്നകന്നുപോവുന്നു
വിതുമ്പുന്ന കുഞ്ഞായി ഞാൻ ഞെട്ടിയുണരുന്നു.

ഇന്നലെയുടെ മുമ്പത്തെ രാത്രി
ഒറ്റയ്ക്കൊരു ഇരുട്ടുമുറിയിൽ ഭീതിയോടെ കഴിയുന്ന ഭാര്യയെ
ഞാൻ സ്വപ്നം കണ്ടു
എന്റെ സഖിയുടെ ഭീതിയിൽ സാന്ത്വനമാവാൻ മോഹിച്ച്
ഞാനെത്തുന്നു
ഇതാ ഞാൻ വന്നു; താരള്യത്തോടെ ഞാനറിയിക്കുന്നു
എന്നെ അറിയാതെ എന്റെ സഖി കൂടുതൽ ഭീതയാവുന്നു
ഇതു ഞാനാണ്, അസ്വസ്ഥനായി ഞാൻ തൊട്ടു വിളിക്കുന്നു
എന്റെ സഖി എന്റെ വിളി കേൾക്കുന്നില്ല, എന്നെ അറിയുന്നില്ല
എന്റെ പെണ്ണേ ഇതു ഞാനാണ്, ഇതു ഞാനാണ്.
അസഹ്യതയോടെ ഞാനെന്റെ പെണ്ണിന്റെ കണ്ണുകളിലും
ചുണ്ടുകളിലും ചുംബിച്ചപ്പോൾ
ആഘാതമേറ്റവളായി എന്റെ സഖി പിടയുന്നു
ഞാൻ ഞെട്ടിയുണരുന്നു.

അതിനും മുമ്പത്തെ രാത്രി
അജ്ഞാതമായൊരു സങ്കേതത്തിൽ അറിയാതെ
എത്തിപ്പെട്ട എന്നെ ഞാൻ സ്വപ്നം കണ്ടു
അവിടെ പാറാവുകാർ
അകത്ത് അപരിചിതർ ആരൊക്കെയോ പീഡനങ്ങളിൽ പിടയുന്നു
അവർ ആരെന്നറിയാൻ ഒന്നു ഞാൻ നോക്കുന്നു
അപരിചിതർ എല്ലാം എനിക്കും പരിചിതരായവർ, എനിക്കു പ്രിയപ്പെട്ടവർ
ഞാൻ തളരുന്നു, ഞാൻ തകരുന്നു
പാറാവുകാരുടെ കണ്ണുകൾ എന്നിൽ പതിയും മുമ്പ്
അവിടെനിന്നും പിന്തിരിയാൻ ഞാൻ ചിന്തിക്കുന്നു
അതാ അവർ എന്നെ കണ്ടുകഴിഞ്ഞിരിക്കുന്നു
ഇതാ ഞാൻ പിടിക്കപ്പെടാൻ പോകുന്നു, പീഡനം
ഇതാ എന്നിലും പതയുന്നു
ഞാൻ ഞെട്ടിയുണരുന്നു

ഉറ്റവരുടെ വ്യഥകളും ഭീതികളും മാത്രം എന്റെ സ്വപ്നങ്ങളിൽ
ഇരതേടിയെത്തുന്നതെന്തുകൊണ്ടാണ്?
പീഡനത്തിന്റെ കറുത്ത ചിറകടി മാത്രം എന്റെ നിദ്രകളിൽ
ചേക്കേറുന്നതെന്തുകൊണ്ടാണ്?
അപായത്തിന്റെ ഗർത്തങ്ങളും രോദനങ്ങളും മാത്രം
എന്റെ രാത്രികളിൽ
തിരയടിച്ചെത്തുന്നതെന്തുകൊണ്ടാണ്?
എന്തുകൊണ്ടാണ്?

എ കെ ജി
(ഒരു വടക്കൻപാട്ട്)

മുടവൻ മുകളിന്റെ നെഞ്ചിടിപ്പിൽ
കൊടിനാട്ടിയങ്കം കുറിച്ചുവന്നോൻ
അങ്കക്കളരിയിൽ നെഞ്ചുകാട്ടി
അങ്കം ജയിച്ചു തിരിച്ചുവന്നോൻ
ഇന്നിപ്പോൾ അങ്കക്കളരിവിട്ടോൻ
ഇന്നവൻ നമ്മൾക്കൊരോർമ്മ മാത്രം!
　　ഓർമ്മയിൽ വാളിൻ തിളക്കമായി
　　ഓർമ്മയിൽ ഊക്കിന്റെ താളമായി
　　ചോരയിൽ ചുരികതൻ വീര്യമായി
　　ചോരയിൽ പടരും പടവിളിയായ്
　　ഇന്നവൻ നമ്മൾക്കൊരൂർജ്ജമല്ലോ
　　ഇന്നവൻ നമ്മൾക്കൊരുദയമല്ലോ!
നിലവിളിപ്പാടത്തിൻ ചേറുതാണ്ടി
അവനേതു പാടത്തു ചെന്നണഞ്ഞു?
കരകാണാക്കായലിൽ വഞ്ചിയൂന്നി
അവനേതു നാളെയിൽ കരയടുത്തു?
ചൊകചൊകപ്പൂവിന്റെ പാട്ടുപാടി
അവനേതു പൂക്കാലം പൂവിറുത്തു?
　　കാട്ടിലെ പാതയിൽ പോയോരെല്ലാം
　　കാണാക്കിനാവുകൾ കാണുമെന്ന്
　　നീയല്ലോ ഞങ്ങൾക്ക് പാട്ടുപാടി
　　നാളത്തെ പുലരിതൻ പൂവുതന്നു
　　കണ്ണീർ കുടിച്ചു തളർന്നോരെല്ലാം

കോട്ടയിൽ കൊടികളുയർത്തുമെന്ന്
നീയല്ലോ ഞങ്ങൾക്ക് പാതിരാവിൽ
പോരിന്റെ നേരുകൾ പങ്കുവെച്ചു?
ഇരുളിൻ കയങ്ങളിൽ തലവിധിച്ചോർ
ഉദയത്തിൻ തീരത്തിലെത്തുമെന്ന്
നീയല്ലോ ഞങ്ങൾക്ക് ചിരിതുടിക്കും
നക്ഷത്രക്കണ്ണുകൾ തന്നുപോയി?
കയ്യൂരിൻ പുഴകൾക്ക് ചോര പെയ്തോർ
കരിവെള്ളൂർ കാട്ടിൽ കിനാവ് നെയ്തോർ
കരിമണ്ണിൻ കാന്തികൾ കൊയ്തെടുത്തോർ
കരളിൽ കനൽപോലെ കത്തിനിന്നോർ
അവരാകെ ഞങ്ങൾക്കൊരൂർജ്ജമാകാൻ
നീയല്ലോ ഞങ്ങൾക്ക് കൂട്ടുനിന്നു!
മണ്ണിന്റെ മക്കൾക്ക് മണ്ണുവേണം
മണ്ണിനോ മക്കൾതൻ ചോരവേണം
ചോരകൊടുക്കാനൊരുങ്ങി വന്നോർ
പോരിന്റെ ഗീതകം പാടിവന്നോർ
അവരാകെ ഞങ്ങൾക്ക് പാഠമാകാൻ
നീയല്ലോ ഞങ്ങൾക്ക് കൊടികൾ തന്നു!
പട്ടിണി ജാഥ നയിച്ചുപോയോൻ
കോട്ട പണിതു തിരിച്ചുവന്നു!
കോലത്തു നാട്ടിൽ പടവിളിച്ചോൻ
കൊടികളുയർത്തി തിരിച്ചുവന്നു!
നീ തന്ന കോട്ടയും കൊടിമരവും
ഞങ്ങൾക്കു കോട്ടയും കൊടിമരവും......
പാലക്കാടിന്റെ കറുത്തമണ്ണിൽ
പനിയും ചെളിയും കുഴഞ്ഞമണ്ണിൽ
ഒരു ഞാറ്റുവേലതൻ നിലമൊരുക്കി
ഒരു നാളിൽ നീവന്നു വിത്തിറക്കി
(വിളകൊയ്യാൻ നേരത്തും കണ്ടമുത്താ
വിളവെത്ര? കതിരും പതിരുമെത്ര?)
കോലത്തു നാട്ടിലെ കെങ്കേമന്മാർ
പടയേറ്റം നിർത്തിയ നാളിലെല്ലാം
നീയല്ലോ മുഷ്ടിചുരുട്ടി വന്ന്
നിണനിലച്ചൂരിന്റെ പാട്ടുപാടി
ചോരയും തീയും നിലവിളിയും
ജീവനിൽ പടരുന്ന നാളിലെല്ലാം
നീയല്ലോ തേരു തെളിച്ചു വന്ന്
ധീരന്റെ പുഞ്ചിരി തൂകിനിന്നു!

(ഇന്നേതുപോരിന്റെ പള്ളിവാളും
പരിചയും നമ്മൾക്കു കൂട്ടുകാരെ?)
തെങ്ങായ തെങ്ങിൻ കരിക്കിലെല്ലാം
മധുരമായ് നീയിന്നു നിറയുന്നല്ലോ
പൂങ്കുല കരിയുന്ന തോപ്പിലെല്ലാം
തണലായി നീയെത്തി തഴുകുന്നല്ലോ
പോരാടും മക്കൾ തളരുന്നേരം
കാറ്റായി നീയെത്തി വീശുന്നല്ലോ
വഴിമുട്ടി നില്ക്കുന്ന നേരത്തെല്ലാം
കുരുടന്റെ വടിയായ് നീയെത്തുന്നല്ലോ
(പതിനെട്ടടവും പിഴയ്ക്കും കാലം
പിന്നത്തെ അടവേതു കൂട്ടുകാരെ?)
നിലവിളി പടരുന്നു-ദൂരെയല്ല!
നഗരങ്ങൾ കത്തുന്നു-ദൂരെയല്ല!
കഴുതപ്പുലികൾ കുറുനരികൾ
ഇരതേടിയെത്തുന്നു-ദൂരയല്ല!
നിലവിളി നീളെപ്പടരുന്നേരം
പുഴനീന്തിയെത്തുന്നു നീ മനസ്സിൽ...
നാടും നഗരവും കത്തുന്നേരം
കുഴലൂതിയെത്തുന്നു നീ മനസ്സിൽ...
അമരവാതികൾക്കു മരണമുണ്ടോ?
നീ തന്ന കൊടികൾക്ക് മരണമുണ്ടോ?
ചോരവിയർക്കുന്ന മക്കളിന്നും
പേർ ചൊല്ലി നിന്നെ വിളിച്ചിടുന്നു-
ഞങ്ങൾക്ക് സ്വപ്നങ്ങൾ തന്നുപോയോൻ
ഞങ്ങൾക്ക് മേഘങ്ങൾ പെയ്തുപോയോൻ
നീയല്ലോ പടവിളി പാടിവന്നോൻ
നീയല്ലോ നീയല്ലോ പട നയിച്ചോൻ!

സ്പാർട്ടക്കസ്

ഉപക്രമം:
നിദ്രാവസ്ഥയുടെ വീഥികളിൽ ഒരു കുളമ്പടി
മഞ്ഞുമൂടിയ താഴ്‌വരകളിൽ ഒരു കാട്ടുതീ
കൊടിമുകളിൽ ഒരു പാദപതനം
-സ്പാർട്ടക്കസ്!

ഓർമ്മകൾ:
വരുംകാല ചൈത്രങ്ങളെ പുണർന്നോമനിക്കാൻ
ഒരു പുത്രന്നു ജന്മം കൊടുത്തെന്നൊരൂറ്റം കൊളുത്തി
കരിംകൂട്ടങ്ങൾ മേഞ്ഞുമദിക്കും വനങ്ങളിൽ
വേട്ടയ്ക്കൊരുങ്ങിപ്പുറപ്പെട്ടുപോന്നു ഞാൻ...
കൊലയറക്കുണ്ടുകൾ കാതോർത്തിരിക്കുന്ന പാതയോരങ്ങളിൽ
പോരിന്റെ ഗീതകം പാടാനൊരുങ്ങിപ്പുറപ്പെട്ടുപോന്നു ഞാൻ...
ഇന്നാദ്യമായാദ്യമായ്
പോർനിലം ചുംബിച്ചുറങ്ങുവാൻ
നേരമായെന്നു പറയും പിറാവെന്റെ
ഓർമ്മയിൽ കുറുകുവാനെന്തേ?
ഓർമ്മയിൽ
കാടുകൾ പൂത്ത കിനാവിന്റെയേഴുനിറങ്ങൾ
പാട്ടുകൾ പാടും നിലാവിന്റെ ചോലമരങ്ങൾ....
ഓർമ്മയിൽ
സൂര്യന്റെ കണ്ണിനു മുന്നിൽ കരിഞ്ഞും

രാവിന്റെ ശീതക്കടലിൽ പിടഞ്ഞും
പാറതൻ പെട്ടകം വെട്ടിപ്പിളർന്നും
നേരിന്റെ നെഞ്ചകം കുത്തിത്തുറന്നും
ദൂരവും കാലവും കീഴ്മേൽ മറിക്കുവാൻ
കൂട്ടരോടൊത്തു കിണഞ്ഞ പകലുകൾ...
ഓർമ്മയിൽ
ചോര കുതിർന്ന കളരിമുറ്റങ്ങളിൽ
മല്ലയുദ്ധങ്ങൾക്കു തീറ്റയായ് തീർന്നും
സ്നേഹദുഃഖങ്ങൾക്കു ദാഹം ശമിക്കുവാൻ
ജീവിതം പൂഴിത്തിരകളിൽ പൂഴ്ത്തിയും
കൂട്ടരോടൊത്തു കൊഴിഞ്ഞ പകലുകൾ...

ഇന്നാദ്യമായാദ്യമായ്
പോർനിലം ചുംബിച്ചുറങ്ങുവാൻ
നേരമായെന്നു പറയും പിറാവെന്റെ
ഓർമ്മയിൽ കുറുകുവാനെന്തേ?

കഠിനമായ് തീരുന്നു ജീവിതം ഭൂമിയിൽ
കഠിനമായ് തീരുന്നു സ്വപ്നവും ഭൂമിയിൽ....

നറുനിലാവായ് വന്ന രാവിൻ നിനവുകൾ
പ്രേതനിശ്വാസമായ് പാടുന്നു
കൊലയറ പാകിയ കാട്ടുവഴികളിൽ
ചാവേറൊരുങ്ങിപ്പുറപ്പെട്ട കുട്ടികൾ
പുല്ലിൽ കുരുങ്ങിപ്പതറുന്നു
കുരുതിക്കളങ്ങൾ ചവിട്ടിമായ്ച്ചിന്നു ഞാൻ
അവസാന യാത്രയ്ക്കൊരുങ്ങുന്നു,
അവസാന ഗീതവും തീർക്കുന്നു...

ഇനി സഖി,
നമ്മളീയേകാന്ത രാവിന്റെ
ദുരിതവും സ്നേഹവും പങ്കുവെക്കില്ലാ
പലവുരു പാടിയ പോരിന്റെ ഗീതവും
ഇനി സഖി, നമ്മളുരുക്കഴിക്കില്ലാ:
മോചനം വെറുമൊരു മോഹമല്ലെങ്കിലും
പലവുരു ചിതറിയ സ്വപ്നമെന്നിന്നു ഞാൻ
അറിയുന്നുവല്ലോ....
ആപ്പിയൻ വീഥി*യിൽ
കുരിശുകളായിരം ഉയരുമെന്നും

* ആപ്പിയൻ വീഥി: ചരിത്രത്തിലെ റോമൻ വീഥി: അടിമയുദ്ധം അടിച്ചമർത്താൻ 6472 കുരിശുകൾ ഉയർത്തപ്പെട്ടത് ഈ വീഥിയിലാണ്.

ഉയരുന്ന കുരിശുകൾ പെരുകുമെന്നും
അറിവെനിക്കുണ്ടായതിന്നുമാത്രം
ഉയരുന്ന കുരിശുകൾക്കരികിൽ കയർക്കുവാൻ
കഴുകുകൾ ചിറകടിച്ചെത്തുമെന്നും
ചിറകടിച്ചെത്തുന്ന കഴുകുകളെപ്പോഴും
ചിരികൾ തുടച്ചുചിരിക്കുമെന്നും
അറിവെനിക്കുണ്ടായതിന്നുമാത്രം....

കത്തുന്ന തിരകളിൽ നോക്കിയിരുന്നു ഞാൻ
ദുരിതങ്ങളെണ്ണിപ്പെറുക്കിയ രാത്രികൾ....
നിനവിന്റെ മൂർച്ചയിൽ നീറുന്ന നോവുകൾ
പോരിന്റെ പല്ലിൽ കൊരുത്ത പകലുകൾ....

പടവിളിച്ചുണരുന്ന പകലിന്റെ നെറുകയിൽ
ദുരിതങ്ങളേറുന്ന രാവിന്റ പുഴകളിൽ
ഞാനിന്നു വീണുപോയാലും
ആപ്പിയൻ വീഥിയിൽ കുരിശിന്റെ നെഞ്ചുകൾ
ആറായിരങ്ങളും ചോരകൊടുക്കുവാൻ
പുലരിയിൽ വീണ്ടും തിരിച്ചെത്തുമെന്നു ഞാൻ
അറിയുന്നുവല്ലോ-
പടയൊരുക്കങ്ങളും കുരുതിയും കൂട്ടിലെ-
ക്കിളികളും കദനവും ചോരയും സ്വപ്നവും
പുലരിയിൽ വീണ്ടും തിരിച്ചെത്തുമെന്നു ഞാൻ
അറിയുന്നുവല്ലോ!

പോർനിലം ചുംബിച്ചുറങ്ങുവാൻ
നേരമായെന്നു പറയും പിറാവിന്റെ
നെഞ്ചിൽ പിടഞ്ഞുകുറുകിയാലും
ഇനി സഖി സാരമില്ല... സാരമില്ലാ...

വിധിവാക്യം:
ശൂലങ്ങളിൽ തറഞ്ഞുപിടയുന്ന പകലുകൾ
പിന്നെയും പിന്നെയും പെരുകുമ്പോൾ
സ്പാർട്ടക്കസ്,
പരാജയം കുടിച്ചു കുന്തിച്ചിരിക്കാൻ
നിനക്കാവില്ല!
ആപ്പിയൻ വീഥികളിൽ
കുരിശു മരണങ്ങൾ ആറായിരം
ഇനിയും ആവർത്തിച്ചാലും
സ്പാർട്ടക്കസ്,

പോരാട്ടങ്ങൾക്ക് അവധികൊടുക്കാൻ
നിനക്കാവില്ല!
ധീരന്മാരുടെ ജീവിതങ്ങൾ
കട്ടപിടിച്ചവസാനിക്കുന്നത്
കൺമുമ്പിൽ കണ്ടുനിന്നാലും
വിമോചന ദൗത്യം ബലികൊടുത്ത്
വിലാപ ഗീതമുരുവിടാൻ
സ്പാർട്ടക്കസ്,
നിനക്കാവില്ല!

സൈമൺ ബ്രിട്ടോ

നട്ടെല്ലിൽ
നക്ഷത്രത്തിന്റെ ശരകുടീരം
കണ്ണിൽ
കടലിടുക്കിന്റെ ക്രോധങ്ങൾ
നിനവുകളിൽ
നൊമ്പരങ്ങളുടെ വേലിയേറ്റം
നെടുനിശ്വാസങ്ങളിൽ
കോട്ടകൾ കുളമ്പടികൾ കൊടിമരങ്ങൾ
ബ്രിട്ടോ,
കഠാരകളുടെ പടയേറ്റത്തിനും
നിശ്ശബ്ദമാക്കാനാവാത്ത
നിന്റെ നിലനില്പിന്റെ സമുദ്രസംഗീതം
എന്റെ അക്ഷരങ്ങളിൽ നിറഞ്ഞുണരുകയാണിന്ന്.....
കുഴിമാടങ്ങളുടെ ചെകുത്താന്മാർ
തുറുകണ്ണുകാട്ടി നിന്നെ പേടിപ്പിച്ചു
കുരിശും ഗാഗുൽത്തയും പാട്ടുപാടുന്നവർ
പീഡാനുഭവത്തിന്റെ ആദ്യപാഠങ്ങൾ
നിന്നെ പഠിപ്പിച്ചു
എന്നിട്ടുമെന്നിട്ടും
പാതകങ്ങൾക്കു മുകളിലാകാശങ്ങളിൽ
നീ നിന്റെ കൊടിമരമുയർത്തി
ബ്രിട്ടോ,
നിന്റെ കൊടിമരം!

ഒരിക്കലും കൊടിയിറങ്ങാത്ത നിന്റെ കൊടിമരം!
പാടശേഖരങ്ങളിൽ
നിന്നെ കാത്തുനില്ക്കുന്നതാരാണ്?
ഫാക്ടറികളിൽ
നിന്റെ മുദ്രാവാക്യങ്ങളേറ്റുവിളിക്കുന്നതാരാണ്?
ക്യാമ്പസുകളിൽ
നിന്റെ നക്ഷത്രം
ഹൃദയങ്ങളിൽ തുന്നിപ്പിടിപ്പിക്കുന്നതാരാണ്?
ബ്രിട്ടോ,
നിന്റെ നക്ഷത്രം!
ഭൂമിയും ആകാശവും ഒന്നിച്ചവകാശപ്പെടുന്ന നിന്റെ
നക്ഷത്രം!
ബ്രിട്ടോ,
നിന്റെ കർമ്മങ്ങളിൽ കത്തിനില്ക്കുന്നവർ
നിന്റെ ക്രോധങ്ങളിൽ മുഷ്ടിയോങ്ങുന്നവർ
ദേവപാലൻ
വേലായുധൻ
ഭുവനേശ്വരൻ.....
ബ്രിട്ടോ,
നിന്റെ സഹനങ്ങളിൽ നീറി നില്ക്കുന്നവർ
നിന്റെ സ്നേഹങ്ങളിൽ പാടിയുണരുന്നവർ
സെയ്തലവി
തോമസ്
അനിൽ
അഷറഫ്
ശ്രീകുമാർ.....
ബ്രിട്ടോ,
നിന്റെ മൗനങ്ങളിൽ തേങ്ങി മറയാത്തവർ
നിന്റെ മേഘങ്ങളിൽ പെയ്തു തീരാത്തവർ
മുസ്തഫ
ബാലൻ
രാജൻ
ജോസ്
പ്രസാദ്....
ബ്രിട്ടോ,
ഇവരൊക്കെയും
നിന്റെ നിദ്രാരഹിത യാമങ്ങളിൽ
പ്രേതഭൂമിതൻ പൊള്ളുന്ന മോഹങ്ങളായ്
പാടിയെത്തുന്നു പാടിയെത്തുന്നു....

കുരുടന്റെ കണ്ണിന്നു വിജയങ്ങൾ നേരുന്ന വെട്ടങ്ങളായ്
രാവറുതി പേറുന്ന ശവഘോഷയാത്രതൻ ഭാരങ്ങളായ്
ഇവരൊക്കെയും
നിന്റെ ഹൃദയങ്ങളിൽ!
പകൽ വീണുമറയുന്ന പാതാളസന്ധ്യതൻ ഗർത്തങ്ങളായ്
പുലരിതൻ പേറ്റുനോവറിയുന്ന രാത്രിതൻ ദുരിതങ്ങളായ്
ഇവരൊക്കെയും
നിന്റെ ഹൃദയങ്ങളിൽ!
ചൈത്രവനങ്ങളിലെത്താൻ പുറപ്പെട്ട
കാറ്റിന്റെ ധീരതാ മർമ്മരംപോലെ
നീയെന്റെ ചിന്തതൻ ചലനങ്ങളിൽ ബ്രിട്ടോ!
മറുമാറിടത്തിന്റെ ദുരിതങ്ങളറിയുന്ന
മേഘമനസ്സിന്റെ സാന്ത്വനം പോലെ
നീയെന്റെ സമകാലസ്വപ്നങ്ങളിൽ ബ്രിട്ടോ!
കാട്ടിലിരുട്ടിന്റെ കാനലിൽ പേടികൾ
നാവുകൾ നീട്ടുന്ന നേരം
മിന്നൽപ്പിണരിൻ ഞരമ്പിലെ ചോരയായ്
നീയെന്റെയോർമ്മതൻ വിപിനങ്ങളിൽ ബ്രിട്ടോ!
തിറയാടി നില്ക്കുന്ന തോറ്റമായിന്നെന്റെ
പ്രതികാരമുണരുന്ന നേരം
ഊരിപ്പിടിപ്പിക്കുന്ന വാളിന്റെ മൂർച്ചയായ്
നീയെന്റെയുണരുന്ന ബോധങ്ങളിൽ ബ്രിട്ടോ!

പാഠശേഷം:
കടന്നുപോയ പോരാളികൾക്കു ഒരു പിടി പൂക്കൾ മതിയാവും
നിലനില്ക്കുന്ന രക്തസാക്ഷികൾക്ക്
നിലനില്ക്കാൻ പക്ഷേ,
നമ്മളെന്തു നല്കും?
വീണുപോയ വിജേതാക്കൾക്ക് ഒരു വിലാപഗീതം മതിയാവും
കനൽ കായ്ക്കുന്ന കൊടിമരങ്ങൾക്ക്–
കത്തിനില്ക്കാൻ പക്ഷേ,
നമ്മളെന്തു നല്കും?
ചോരയിലവസാനിച്ച ധീരന്മാർക്ക് ഒരു സ്മാരക മന്ദിരം മതിയാവും
കൊലയറകൾ ചെറുത്തുനില്ക്കും ഹൃദയങ്ങൾക്ക്
മിടിച്ചു നില്ക്കാൻ പക്ഷേ,
നമ്മളെന്തു നല്കും?

ഇക്കൊടും വർത്തമാനത്തിനു സാക്ഷിയായ് നില്ക്കുന്നൊരമ്മേ!

പാറകൾ കത്തുന്ന വേനൽപ്പുഴകളിൽ
കാറ്റിന്റെ സാന്ത്വനസ്പർശനം പോലെയെ-
ന്നോർമ്മയിൽ തിരയടിച്ചെത്തുന്നൊരമ്മേ,
തോരണം തീർക്കും നിലാവുകൾ
നർമ്മദാ തീരത്തു പാടും മുകിലുകൾ
യമുന തൻ നെഞ്ചിലെ നീലക്കടമ്പുകൾ എല്ലാം
ഇന്നെങ്ങോ മറഞ്ഞുപോയമ്മേ!
കാറ്റിന്റെ കണ്ഠത്തിലിടറുന്ന ദീപങ്ങൾ
പകയിൽ കുരുങ്ങിപ്പിടയുന്ന പൂവുകൾ
ഇതുമാത്രമിന്നെന്റെ വർത്തമാനത്തിന്റെ
കഥയെന്നു വരികയോ?
അമ്മേ, ഇതേതാണ് പാതാളലോകം?
ഭൈരവീനാദം മുഴക്കുന്നതാരുടെ ഭീതികൾ?
പാതിയടയുന്ന വാതായനങ്ങളിൽ
ആരുടെ കത്തുന്ന കണ്ണുകൾ?
ചോരും പകലിന്റെ കൃഷ്ണമണികളിൽ
ഏതു കരുത്തന്റെ ഖേദക്കിനാവുകൾ?
അമ്മേ, തരിശായി മാറുന്ന ഭൂമിതൻ ദുരിതമൗനങ്ങളിൽ
ഒരു താരാട്ടു പോലെന്റെ സ്വാന്തങ്ങളിൽ വന്നു-
നിറയുന്ന ഗദ്ഗദം
ഈ ശീതരാത്രിയാണമ്മേ!
ഒരു കിളിക്കൂടിന്റെ മർമ്മരം
ഒരു നീരൊഴുക്കിന്റെ ആഹ്ലാദമംഗളം

ഒരു പനിനീർപ്പൂവിന്റെ ശോണാർദ്ര ചുംബനം
ഇന്നെന്റെ ഭൂമിയിൽ
വിധുരപ്രതീക്ഷകളമ്മേ!
പണ്ടെന്റെ കൗമാരനാളിൻ പുഴകളിൽ
നീന്തിത്തുടിച്ച മനസ്സിൻ തിമിർപ്പുകൾ
കുളമ്പടിയേറും കിരാതമീ ഭൂമിയിൽ
കത്തിക്കെടുന്ന കിനാവുകളമ്മേ!
പ്രേതങ്ങളെന്നും പതുങ്ങി നടന്നവരാണെന്റെ പാതയിൽ
ഇന്നവർ പിന്നെയും
ആർഭാടഘോഷം മുഴക്കി ഞെളിഞ്ഞു നടക്കുന്ന-
തെന്റെ കൺമുന്നിലാണമ്മേ!
ചകിതനായ് ഞാനെന്റെ നിദ്രതൻ കൂടുവി-
ട്ടുണരുന്ന രാവിന്റെ നീലക്കയങ്ങളിൽ
ആരുടെ തേങ്ങുന്ന താരാട്ടു പാട്ടിലെൻ
നോവുകൾ പൂവായ് തുടയ്ക്കുന്നതമ്മേ?
ഒരു തണൽ സ്വപ്നവും തേടി ഞാനൊറ്റയ്ക്കു
പകലിന്റെ പാതയിൽ വെയിലേറ്റുപോകവേ
ചിറകടിച്ചെത്തിയെൻ പ്രാണന്റെ തളിരുകൾ
കൊത്തിയെടുക്കുന്നതാരുടെ സ്നേഹമാണമ്മേ?
അമ്മേ, നിലവിളിപ്പാടത്തുവെച്ചു ഞാൻ
പുല്ലാങ്കുഴലുകൾ ദൂരെക്കളഞ്ഞവൻ
പടയൊരുക്കങ്ങൾക്ക് തീറ്റ കൊടുക്കുവാൻ
പാടുന്ന പക്ഷിയെ കൊന്നു കളഞ്ഞവൻ
'പാവമാം ഞാ' നെന്നു പാടിക്കരയുവാൻ
പണ്ടേ മറന്നവൻ.....
പുഴകളിൽ പണ്ടു തിമിർത്തു മദിച്ചവൻ
കടലിന്റെ കാഹളം കേൾക്കുകയാണ് ഞാൻ
പ്രണയവും പൂക്കളും കൊണ്ടുനടന്നവൻ
പ്രേതക്കുഴികളിൽ മുങ്ങുകയാണ് ഞാൻ.
പുലരിതൻ പാട്ടുകൾ മൂളിക്കഴിഞ്ഞവൻ
പടനിലത്തൊറ്റയ്ക്ക് പോവുകയാണ് ഞാൻ...
സ്വപ്നങ്ങളെന്നും കരിന്തിരി കത്തുന്ന
രാവിൽ കുടിലിന്റെ മൺത്തറത്തിണ്ണമേൽ
ഒറ്റയ്ക്കിരുന്നു മുനിയുന്നൊരമ്മേ,
ഈ രാത്രികൾ
സഹനങ്ങളായി കനക്കുന്ന രാത്രികളമ്മേ!
പാറകൾ കത്തുന്ന വേനൽപ്പുഴകളിൽ
കാറ്റിന്റെ സാന്ത്വനസ്പർശനം പോലെയെ-
ന്നോർമ്മയിൽ തിരയടിച്ചെത്തുന്നൊരമ്മേ,

ഈ പകലുകൾ
പൊറുതികേടായിപ്പെരുകും പകലുകളമ്മേ!
അമ്മേ,
നിലാവുകൾ
പൂവുകൾ
പക്ഷികൾ
എല്ലാം
കറുത്തും കരിഞ്ഞും ചിറകുകൊഴിഞ്ഞും
കിടക്കുകയാണെന്റെ ഭൂമിയിലമ്മേ!
ഇക്കൊടും വർത്തമാനത്തിന് സാക്ഷിയായ്
നില്ക്കുന്നൊരമ്മേ!

നാദിറ പറയുന്നു...

നാദിറ പറയുന്നു:
(കോഴിക്കോട്ടെ കോയമാര് കേൾക്കുന്നുണ്ടോ,
കൊണ്ടോട്ടീലെ തങ്ങന്മാര് കേൾക്കുന്നുണ്ടോ)
കിനാവിന്റെ കണ്ണും കാതും
കൊട്ടിയടച്ച്
കരളിന്റെ കിളിവാതിലുകൾ
കൊട്ടിയടച്ച്
കൽബിന്റെ ചിറകടിപോലും
കൊട്ടിയടച്ച്
കണ്ണെത്താദൂരം നോക്കി കാത്തുകിടക്കാൻ
കദനത്തിൻ തിരകളിൽ മുങ്ങി തേങ്ങലടിക്കാൻ
ഇനിയും ഞങ്ങൾക്കാവില്ലല്ലോ !

നാദിറ പറയുന്നു:
(മീശവടിക്കും മാന്യന്മാര് കേൾക്കുന്നുണ്ടോ,
താടി വളർത്തും തരുണന്മാര് കേൾക്കുന്നുണ്ടോ)
പതിനാലാം രാവുകൾ പൂക്കും
മാനത്തെ കൊട്ടാരത്തിൽ
പടച്ചോനെ തെറ്റിനടക്കും
ഹൂറി ചമഞ്ഞാടി രസിക്കാൻ
കൊതിയില്ലല്ലോ–

പൊന്നാംകുറി ചൂടും നാട്ടിൽ
പാദുഷന്മാർ വാഴും നാട്ടിൽ
മുല്ലപ്പൂമാലകൾ കോർക്കും
മൊഞ്ചത്തിപ്പെണ്ണായ് വാഴാൻ
കൊതിയില്ലല്ലോ.....

നാദിറ പറയുന്നു:
(ആണായവർ, ആങ്ങളമാര് കേൾക്കുന്നുണ്ടോ,
പുത്തന്മാർ പുതുമാരന്മാർ കേൾക്കുന്നുണ്ടോ-)
പതിനാറു തികയും മുമ്പ്
പാവാട മാറുംമുമ്പ്
മടി നിറയെ പൊന്നുംകൊണ്ട്
മനസ്സാകെ പുണ്ണുംകൊണ്ട്
കടലുകടന്നെത്തും കാമ-
ക്കൊതിയന്മാർക്കിനിയും ഞങ്ങൾ
കാനോത്തിനു നിന്നുതരില്ല!

നാദിറ പറയുന്നു:
(ഉടയവരാം ഉപ്പൂപ്പമാർ കേൾക്കുന്നുണ്ടോ
ഉന്നതരാം ഉലമാക്കൾ കേൾക്കുന്നുണ്ടോ)
കാണാതെ കാണും കണ്ണായ്
കേൾക്കാതെ കേൾക്കും കാതായ്
കഴിയാനിനിയാവില്ലെന്നേ
വെറുതെ
കരയാനിനിയാവില്ലെന്നേ!

നാദിറ പറയുന്നു:
(പ്രിയമുള്ളോരാം സോദരിമാർ കേൾക്കുന്നുണ്ടോ
പർദ്ദയിലിഴയും മാതാക്കൾ കേൾക്കുന്നുണ്ടോ)
സുറുമക്കൺപീലികളിൽ
ഒരു നല്ല സ്വപ്നം നെയ്ത്
മൈലാഞ്ചിച്ചുണ്ടുകളിൽ
ഒരു നല്ല പാട്ടും കോർത്ത്
പുതുമാരൻ വന്നണയും
എന്നുള്ള നോമ്പും നോറ്റ്
നിന്നവരാണേ

ഞങ്ങൾ
നിന്നവരാണേ!

നാദിറ പറയുന്നു:
(കൽബുകളിൽ കിനാവുകളുള്ളവർ
സോദരരേ കേൾക്കുന്നുണ്ടോ
കനവുകളിൽ കനിവുള്ളോരാം
കാരണവന്മാർ കേൾക്കുന്നുണ്ടോ)
പൂതികളെല്ലാം പൊലിയും മുമ്പേ
കിനാവുകളെല്ലാം കൊഴിയും മുമ്പേ
നോമ്പുകളെല്ലാം നോല്ക്കും മുമ്പേ
മണിയറതൻ വാസനപോലും
മായും മുമ്പേ
മൊഴിച്ചൊല്ലിപ്പിരിയും മാരൻ
ഞങ്ങൾക്കൊരു-
മാരണമല്ലേ!
– ഈ മാരണമിങ്ങനെ
തലയിൽ പേറാൻ
ഞങ്ങൾക്കിനിയാവില്ലെന്നേ!

നാദിറ പറയുന്നു:
(മഹല്ലുഭരിക്കും മൊല്ലാക്കമാർ കേൾക്കുന്നുണ്ടോ,
കബറുകൾ പോലും കട്ടുമുടിക്കും മൂപ്പന്മാര് കേൾക്കുന്നുണ്ടോ)
നബിയോതിയ തിരുമൊഴിപോലും
പശമുക്കീ പാഷാണക്കാർ!
അള്ളാവിൻ നാമംപോലും
കണ്ണോക്കിന് കാവലിരുന്നു!
ശരികേടുകൾ ശരിയല്ലെന്ന്
പറയേണ്ടവർ പറയുന്നേരം
'അപകടമായ് ഇസ്‌ലാം'എന്ന്
ഇബ്‌ലീസുകൾ അലറിവിളിച്ചു
(അത് കേട്ട് കിടുങ്ങാൻ മാത്രം ഇനിയിപ്പോൾ പാങ്ങില്ലെന്നേ!)
കൊസ്രാക്കൊള്ളികളെന്ന് വിളിച്ച്
കേമന്മാർ കേട്ടുചിരിച്ചു
(അതുകേട്ടു ചിണുങ്ങാൻ മാത്രം
പോയത്തം കാട്ടില്ലെന്നേ!)

നാദിറ പറയുന്നു:
ഈ കട്ടയിരുട്ടിൻ കെണിയിൽ പെട്ടൊരു-
പുലരി വെളിച്ചം കുതറുന്നതു-
കാണുന്നു ഞങ്ങൾ!...
ഈ പഴയ മിനാരത്തിൻ തടവിൽനിന്നൊരു
പുതിയ നിലാത്തുള്ളി ചിരിച്ചുണരുന്നതു-
കാണുന്നൂ ഞങ്ങൾ, കാണുന്നു......

തേജസ്വിനി, നീ സാക്ഷി!

[രക്തസാക്ഷിത്വത്തിന്റെ പര്യായമായ കയ്യൂർ. വരുംകാലചൈത്രത്തിന്റെ ആയിരം സൗരഭ്യങ്ങൾക്കുവേണ്ടി ബലിദാനങ്ങളായി മാറിയ സ്വാർത്ഥ രഹിത ജീവിതങ്ങളുടെ പ്രതീകമായ കയ്യൂർ..... ഭൂമിശാസ്ത്രത്തിൽ കയ്യൂരിന്റെ സഹോദരീ ഗ്രാമമായ ചീമേനി.......... ചരിത്രത്തിലും ചീമേനി കയ്യൂരിന്റെ രക്തസാഹോദര്യം തെളിയിച്ച കുരുതിദിനമായ മാർച്ച് 23,1987....

മാർച്ച് 28, 1941 എന്ന ചരിത്രദിനത്തിൽ കയ്യൂരിന്റെ നാലു പുത്രന്മാർ കുരുതിപ്പൂക്കളായി മാറി.... ഇതാ നാല്പത്താറു വർഷത്തിനുശേഷം ചീമേനിയുടെ അഞ്ചു പുത്രന്മാർ പോർനിലത്തു വീണിരിക്കുന്നു....

വർഗ്ഗസംഘർഷങ്ങളുടെ പാതയിൽ കുരുതിക്കഥകളും ദുരിതഗാഥകളും പലതും പരിചയിച്ചു പരിചയിച്ചു പതം വന്ന ഇ എം എസ് എന്ന വലിയ മനസ്സിൽനിന്ന് പ്രായമേറിയ കണ്ണുനീർ ചോദിച്ചുവാങ്ങിയ ചീമേനി.... കയ്യൂരിന്റെ തുടരുന്ന വീരഗാഥ... രക്തസാക്ഷിത്വത്തിന്റെ ആവർത്തിക്കപ്പെടുന്ന അനശ്വരചരിതം ഇവിടെ അക്ഷരങ്ങളിൽ അനാവൃതമാകുന്നു.....]

ചരിത്രം പാടുന്നു:

കുരുതിഭൂമിയിൽ പിന്നെയും വീണവർ
കദനനദികളിൽ നീന്തിയോർ നിങ്ങളെ
കണ്ണുനീരിൽ കുളിപ്പിച്ചു പാടുവാൻ
വന്നതല്ല ഞാൻ
മക്കളേ !
കൊടിമരങ്ങളിൽ പാടുന്ന മേഘവും

കടലലകളിൽ കത്തുന്ന വേനലും
തളരുമിന്നെന്റെ രക്താഭിഷിക്തമാം
കരളുകോർക്കുന്ന ക്രോധസ്വപ്നങ്ങളും
പേറിവന്നതാണിന്നു ഞാൻ
മക്കളേ !....

ചീമേനി പാടുന്നു:

കഴുതപ്പുലികളും കുറുനരിക്കൂട്ടവും
പേപിടിച്ചലറിക്കിതച്ചുകൊണ്ടെത്തിയെൻ
മേനിയിൽ നഖങ്ങളാഴ്ത്തി നില്ക്കെ, കൊടും
ചതികളോ ചുടലയായ് ചൂഴ്ന്നു നില്ക്കേ
ചാവേറൊരുങ്ങിപ്പുറപ്പെടും പോലെന്റെ -
യാരോമലുണ്ണികൾ പൊരുതിനിന്നോർ!
നേരിട്ടു വെട്ടി മരിച്ചവർ, പൂർവ്വിക-
രവരുടെ ചോരതൻ പിൻമുറക്കാർ
പച്ചോല കെട്ടിവലിക്കുമെന്നോരുന്നൊ-
രമ്മ തൻ കാമിതം കണ്ടെടുത്തോർ
ഒരു മാത്ര ഞെട്ടിത്തരിച്ചുവോ? ചുവടുകൾ
ഒരുവട്ടമൊന്നു പിഴച്ചുവോ?-ഇല്ലില്ല!-
പടനിലം കാണും പടനായർ പോലെന്റെ
പോരാളിമക്കളൊരുങ്ങി നിന്നു...പിന്നെ-
ചുരികയും ചതികളും കണ്ടുമുട്ടി...പിന്നെ-
പുഴിത്തരികളിൽ ചോരവീണു...എന്റെ-
പോരാളിമക്കൾ പിടഞ്ഞൊടുങ്ങി!....

നേരുകൾ നേരിട്ട് വീണ്ടെടുക്കാൻ
പോരാടി നിന്നവരെന്റെ മക്കൾ
നെഞ്ചകം നീറുന്ന നിത്യബോധങ്ങളെ
നെഞ്ചുകൊടുത്തും ജയിച്ചെടുക്കാൻ
പോരാടി നിന്നവരെന്റെ മക്കൾ, മണ്ണിൽ
പൊരുതിപ്പിടഞ്ഞവരെന്റെ മക്കൾ!

ഇനി വരും സൂര്യോദയങ്ങളും പൂക്കളും
എന്റെ പൊന്നുണ്ണികൾക്കന്യ, മെന്നാൽ
ഇനി വരും പുരുഷാരമൊക്കെയും പൂക്കളായ്
ഇവിടെ വന്നെത്തിക്കുനിഞ്ഞുനില്ക്കും....

രക്തസാക്ഷികൾ പാടുന്നു:

ഇങ്കിലാബിൻ വിളികളിൽ ജീവിതം
നെഞ്ചുണർത്തുന്ന രാത്രിയിൽ ഞങ്ങളീ

മണ്ണിൽ വീണവർ, ചോരയും സ്വപ്നവും
കണ്ണുനീരിൽ കലർത്താതിരുന്നവർ!
കുഞ്ഞുമക്കളും സ്നേഹമോഹങ്ങളും
കാത്തു ഞങ്ങളെ കാതോർത്തിരിക്കവേ
വിധിദിനത്തിന്റെ വേതാളവഴികളിൽ
വീട്ടുമുറ്റങ്ങളെത്താതെ വീണവർ!
ഇനിയൊരിക്കലീ ജീവിതം ഭൂമിയിൽ
തിരികെയില്ലെന്ന തിരകളിൽ മുങ്ങവേ
ചിരി തുടിക്കും കുരുന്നുകൾ മക്കളെ
പകരമായ് തന്നുപോകുന്നു ഞങ്ങൾ!...
(വേറെയെന്തുണ്ടു ഞങ്ങൾക്കു ചോരയിൽ
പൂത്ത മക്കളാം പൂക്കളല്ലാതെ?
വേറെയെന്തുണ്ട് നല്കുവാൻ പ്രാണനിൽ
കായ്ച്ച മക്കളാം കനികളല്ലാതെ?)
പലയിടങ്ങളിൽ മൊട്ടിട്ട പൂവുകൾ
ഒരു സുഗന്ധമായൊരു കാറ്റിലൊരുമയായ്
ഒരു വസന്തത്തിലെത്താൻ കുതിച്ചവർ
ഞങ്ങളഞ്ചുപേർ ഒന്നിച്ചുവീണവർ!
ഒരു നിലാവിൽ കുളിച്ചുതോർത്തുന്നവർ
ഒരു വറുതിയിൽ എരിപൊരി തിന്നുവോർ
ഒരു ചിതയിൽ ഒരുമിച്ചുറങ്ങുവാൻ
ഞങ്ങളഞ്ചുപേർ ഒന്നിച്ചുവീണവർ!
–നാളെ വീണ്ടും വിഭാതങ്ങളെത്തവേ
നാളെ വീണ്ടും വിഹംഗമം പാടവേ
നിങ്ങളോർക്കണം, ഞങ്ങളീ ഭൂമിയിൽ
പൂമരങ്ങൾക്ക് കാവൽകിടന്നവർ
കോട്ടകൊത്തളം ചാട്ടവാർ ചുടലകൾ
തോക്ക് ലാത്തികൾ തൂക്കുകൾ തടവുകൾ
ഒക്കെയും കടന്നെത്തുന്ന മെയ്ദിനം
തൊട്ടുണർത്തുന്നു ഞങ്ങളെ, പിന്നെയും
തോരണങ്ങളൊരുങ്ങുന്നു, നാളെകൾ
പൂവിളിക്കുന്നു ഞങ്ങളിൽ പിന്നെയും...

കവി പാടുന്നു:

നിങ്ങൾ വീണവർ, വീഴുന്ന നേരവും
നെഞ്ചിടിപ്പിൽ കൊടിമരം പേറിയോർ !
നിങ്ങൾ വീണവർ, വീഴുന്ന നേരവും
ചക്രവാളങ്ങൾ ചുംബിച്ചു നിന്നവർ !

നിങ്ങൾ വീണവർ, വീഴുന്ന നേരവും
സങ്കടങ്ങളെ തോറ്റമാടിച്ചവർ !
അപ്പൊഴും
കോട്ടകൊത്തളം കാക്കുന്ന കിങ്കര-
ക്കൂട്ടമപ്പൊഴും കൂവിയാർക്കുന്നുപോൽ
അക്രമം! അക്രമം! ചെങ്കൊടിക്കൂട്ടരി-
ക്കാട്ടുന്നതക്രമം! (എന്തു ഞായം!)
അപ്പൊഴും
കുന്തിച്ചിരുന്നു ചൊറികൾ തലോടുന്ന
തന്തക്കഴുതകൾ കേണുപോലും-
കണ്ടില്ല കണ്ടില്ല ഞങ്ങളൊന്നും
കേട്ടില്ല കേട്ടില്ല ഞങ്ങളൊന്നും....
അപ്പൊഴും
ഹൃദയരാശിയിൽ കത്തുന്നതാരുടെ
പകയൊടുങ്ങാത്ത കാട്ടുതീ?അപ്പൊഴും
ചുടുനിണങ്ങളിൽ പാടുന്നതാരുടെ
തിരയടങ്ങാത്ത കടലുകൾ?അപ്പൊഴും
പടനിലങ്ങളിൽ തേർതെളിച്ചുണരുവാൻ
തറ്റുടുക്കുന്ന താരുണ്യമാരുടെ?....
തടവറകളിൽ ജന്മങ്ങൾ പേറിയ
തുടലറുക്കും കവിതകളാരുടെ?....

കവികാലമായ് പറയുന്നു:

രുധിരമൊഴുകുന്ന
തേജസ്വിനീ
സാക്ഷി!-
കണ്ണുനീർ കത്തുന്ന
കുരുതിമണ്ണേ
സാക്ഷി!-
വറുതിവേനലായുരുകുന്ന
മേഘങ്ങളേ
സാക്ഷി!-
അവർ
വരും
ഭൂമിയിൽ
വീണ്ടും
വരും!
ക്രൗര്യങ്ങളിൽ പിടഞ്ഞുലയുന്ന കന്യതൻ

ക്രോധങ്ങളിൽ
തൊട്ട്-
പിഞ്ചുമക്കൾ തൻ ചോര വാർന്നൊഴുകുന്ന
നെഞ്ചിലെ സ്വപ്നങ്ങളിൽ
തൊട്ട്-
കണ്ണുനീർപ്പുഴയിൽ കുളിക്കാനിറങ്ങുന്നൊ-
രമ്മതൻ കണ്ണിലെ
ഖേദങ്ങളിൽ
തൊട്ട്-
കവി കാലമായ് കാലാദിബോധമായ് പറയുന്നു :
അവർ
വരും
ഭൂമിയിൽ
വീണ്ടും
വരും!
മുഷ്ടിയോങ്ങിത്തിളച്ചുകൊണ്ടെത്തുന്ന
മെയ്ദിനത്താരങ്ങളെ
ചുംബി
മുക്തിഗീതമായുണരുന്നൊരാകാശ രോഷങ്ങളാം
മേഘവർഷങ്ങളെ
ചുംബി
തമസ്സു താവളം തീർക്കുന്ന പാതാളവേദിയിൽ
പുലരിമക്കൾക്കു തോരണം ചാർത്തുവാൻ
പൊരുതി നിന്നവർ എന്റെയീ മണ്ണിലെ
പ്രിയപിതാക്കളാം ദീപഗോപുരം
ചുംബി
കവി കാലമായ്
കാലാദിബോധങ്ങളുരുവിടും
പൊരുളിന്റെ പക്ഷിയായ് പറയുന്നു-
അവർ
വരും
ഭൂമിയിൽ
വീണ്ടും വരും!
നാളെ വന്നെത്തുന്ന വീരജേതാവിന്റെ
നാളും കുറിയും തിരിച്ചറിഞ്ഞോർ
വരുമെന്നുറപ്പുള്ള സൂര്യോദയത്തിന്റെ
വാളും ചിലമ്പുമെടുത്തണിഞ്ഞോർ
പൊറുതിയും കരുതിയും പിടയും കിനാക്കളും
പകരം കൊടുത്തു മറഞ്ഞുപോയോർ

അവർ
വരും
ഭൂമിയിൽ
വീണ്ടും
വരും!

–രുധിരമൊഴുകുന്ന
തേജസ്വിനീ
സാക്ഷി!
തേജസ്വിനീ
സാക്ഷി!
തേജസ്വിനീ
നീ
സാക്ഷി!

സഫലജീവിതത്തിന് സമർപ്പിക്കപ്പെടുന്ന ഒരു സ്നേഹഗീതം (കക്കാടിന്)

ഒന്ന്

പകലൊക്കെയും ദുരിതവചനങ്ങളിൽ
രാവൊക്കെയും മുഖരമൗനങ്ങളിൽ
സാന്ദ്രസഹനങ്ങളായ് നിന്നുനീറുന്ന ജീവിതം
സഫലമെന്നെണ്ണുന്ന പഥിക! നിൻ പാതയിൽ
പടനിലംപോലും പകച്ചുനില്ക്കുന്നുവോ?
കൊത്താനൊരുങ്ങിയിരുട്ടിന്റെ ചില്ലയിൽ
കാതോർത്തിരിക്കുന്ന കഴുകന്റെ കണ്ണിലെ
ക്രൗര്യവും കദനമായ് മാറുന്നുവോ?
കള്ളിമുള്ളിന്റെ കൗമാരനാൾകളിൽ
ശലഭഗീതങ്ങളായ് വന്ന കവിതയിൽ
നാളെയെത്തുന്ന മർത്ത്യനെ കാണുവാൻ
സൂര്യമുകുളമായ് വന്നവൻ നീ !

ഇഴവർഗ്ഗ ജീവികൾ ഇരതേടിയെത്തുന്ന
നഗരനക്ഷത്രയാമങ്ങളിൽ
കവചകുണ്ഡലം കോർക്കും കിനാവുമായ്
കുരുതിഭൂമിയിൽ നിന്നവൻ നീ !

പാതാള ഭൈരവീനാദം മുഴങ്ങുന്ന
പ്രേതവേതാള ലോകങ്ങളിൽ
പുലർകാല ഗീതങ്ങളുരുവിട്ടുണർത്തുവാൻ
തുയിലുണർന്നുരുകുന്ന മനസ്സാണു നീ!
ശിശിരവും വർഷവും ഹിമകാലമേഘവും

ചിറകടിച്ചെത്തുന്ന ഭൂപാളിയിൽ
ചൈത്രവും വരുമെന്ന വരുമെന്ന ചിന്തയിൽ
തുടികൊട്ടിനില്ക്കുന്ന മനസ്സാണു നീ!

രണ്ട്

പകലൊക്കെയും പതിതജന്മങ്ങളിൽ
രാവൊക്കെയും പ്രണയപാശങ്ങളിൽ
സാന്ദ്രസഹനങ്ങളായ് നിന്നുനീറുന്ന ജീവിതം
സഫലമെന്നെണ്ണുന്ന പഥിക! നിൻ പാതയിൽ
പടനിലംപോലും പകച്ചുനില്ക്കുന്നുവോ?
തിരസ്കാരങ്ങളാം തിരസ്കാരങ്ങളെല്ലാം
പുരസ്കാര ഭാരങ്ങളായ് വന്നു ചുറ്റും
ചൂളം വിളിക്കുന്ന ശല്യങ്ങളിൽ
ചിരികൊണ്ടു നില്ക്കുന്നു നീയിപ്പൊഴും?
വെറുപ്പാം വെറുപ്പിന്റെ ധൂമദാഹങ്ങളെല്ലാം
വെട്ടം വിതയ്ക്കും വിളക്കിന്നു നേർച്ചയായ്
കാണിക്ക വെക്കുന്ന കപടങ്ങളിൽ
മിഴിചിമ്മി നില്ക്കുന്നു നീയിപ്പൊഴും?

മൂന്ന്

പകലൊക്കെയും കഠിനകർമ്മങ്ങളിൽ
രാവൊക്കെയും രുധിരചരിതങ്ങളിൽ
സാന്ദ്രസഹനങ്ങളായ് നിന്നു നീറുന്ന ജീവിതം
സഫലമെന്നെണ്ണുന്ന പഥിക! നിൻ പാതയിൽ
പടനിലംപോലും പകച്ചുനില്ക്കുന്നുവോ?
നീ വരും ജീവന്റെ മുക്തിപഥങ്ങളിൽ
നീ വരും ജീവന്റെ മേഘമാർഗ്ഗങ്ങളിൽ
ആലാപനത്തിന്റെ അമൃതവർഷങ്ങളിൽ
ആരോഹണത്തിന്റെ അസുരവേഗങ്ങളിൽ
വിധുരവിഹ്വലം നീയുണർന്നുരുവിടും
വ്യഥിതജീവന്റെ വേലിയേറ്റങ്ങളിൽ
തലമുറകളൊക്കെയും സംഘമായുണരുന്നുവോ?
തരിശുനിലമൊക്കെയും തളിരുകൾ നിറയുന്നുവോ?
തടവറകളൊക്കെയും തുടലറുത്തലറുന്നുവോ?
തരുണജനമൊക്കെയും പടവിളിച്ചെത്തുന്നുവോ?
നിറമിഴികളിലൊക്കെയും നാളെകൾ വിടരുന്നുവോ?
നിലവിളികളിലൊക്കെയും കവിതകൾ വിളയുന്നുവോ?
കഠിനകാകോള മേഘങ്ങളൊക്കെയും

ഖേദങ്ങളായ് നിന്നുപെയ്യുന്നുവോ?
സ്നേഹമനസ്സിന്റെ സാന്ത്വനക്കാറ്റുകൾപോലുമേ
തിരകളിൽ തലതല്ലിയാർക്കുന്നുവോ?
പകലൊക്കെയും ദുരിതവചനങ്ങളിൽ
രാവൊക്കെയും മുഖരമൗനങ്ങളിൽ
സാന്ദ്രസഹനങ്ങളായ് നിന്നുനീറുന്ന ജീവിതം
സഫലമെന്നെണ്ണുന്ന പഥിക! നിൻ പാതയിൽ
പടനിലംപോലും പകച്ചുനില്ക്കുന്നു.....!

മയക്കോവ്സ്കിയോട്

മുഴങ്ങിയാർത്ത ഒരാഹ്വാനം പോലെ
നിന്റെ ജീവിതം!
പൊട്ടിത്തെറിച്ച ഒരു സ്വപ്നപേടകം പോലെ
നിന്റെ മരണം!
ഇടവപ്പാതിയിലുരുണ്ടുകൂടി ചിതറിത്തെറിക്കുന്ന
മേഘക്കീറുകൾപോലെ
നിന്റെ ഓർമ്മകൾ
ഇന്നെന്റെ മനസ്സിൽ......
ഒരേ കുന്നിൽ കൊടിമരമുയർത്തിയ
കൈകളാണ് നമ്മൾ
ഒരേ കടലിൽ കപ്പലോടിച്ച
ജേതാക്കളാണ് നമ്മൾ
കുന്നാകെ കടലിലമർന്നാലും
നെഞ്ചിടത്തിൽ കൊടിമരമുയർത്തുന്ന നമ്മൾ!
നങ്കൂരമറ്റ യാനപാത്രം തകിടം മറിഞ്ഞാലും
കടൽക്കോളുകളിൽ തോറ്റുകൊടുക്കാത്ത നമ്മൾ!
വോൾഗയും ഗംഗയും കാവേരിയും
എന്നെങ്കിലുമൊരു താരാട്ടിൽ
ഒന്നിക്കുമെന്ന് നമ്മൾക്കറിയാം
പാട്ടുപാടിയ പനന്തത്തകൾ
ഇനിയുമെന്നെങ്കിലും പാടശേഖരങ്ങളിൽ
തിരിച്ചെത്തുമെന്ന് നമ്മൾക്കറിയാം
തരിശുനിലങ്ങളിൽ

എന്നെങ്കിലുമൊരിക്കലിനിയും
സ്നേഹമഴ ആർത്തുപെയ്യുമെന്ന് നമ്മൾക്കറിയാം!
സഖാവെ,
വിദൂരനക്ഷത്രത്തിന്റെ പ്രണയഗീതം കേട്ട
കാതാണ് നീ!
കോട്ടകൊത്തളം കാത്ത പാറാവുകാരിൽ
പൊറുതികെട്ട പോരാളിയാണ് നീ!
പൊതുജനാഭിരുചിയുടെ മുഖത്തടിച്ച*
പൊള്ളും പൗരുഷമാണ് നീ!
വരുംതലമുറകൾക്കുവേണ്ടി പെരുമ്പറ മുഴക്കിയ
ചുകന്ന പടയേറ്റമാണ് നീ!
പ്രേതകുടീരങ്ങളിൽ ചൂട്ടുകത്തിച്ച
മിന്നൽ വെളിച്ചമാകുന്നു നീ!
വിപ്ലവമെന്ന വസന്തത്തിന്റെ
സംഘർഷഗായകനാകുന്നു നീ!

* A slap in the face of public taste-മയക്കോവ്സ്കിയുടെ പുസ്തകത്തിന്റെ വിഖ്യാത തലവാചകം.

സഫ്ദർ,
ഇവിടെ നീ അവസാനിക്കുന്നില്ല!

ജനുവരി 1,
ഞായറാഴ്ച.
സാഹിബാബാദ്,
ഉത്തർപ്രദേശ്.

സഫ്ദർ ഹാശ്മി,
ഇവിടെ നീ അവസാനിക്കുന്നില്ല
പാതകം ആയുധം ധരിച്ച് അതിക്രമിച്ചു കടന്ന
ഈ തെരുവിൽ
സഫ്ദർ ഹാശ്മി,
നിന്റെ നാടകം അവസാനിക്കുന്നില്ല.......

ജനുവരി 2,
തിങ്കളാഴ്ച.
രാംമനോഹർലോഹ്യാ ഹോസ്പിറ്റൽ,
ന്യൂദൽഹി.

സഫ്ദർ ഹാശ്മി,
ഇടറിയുലയും താരാട്ടുകൾക്കും തിരയടിക്കും
നിലവിളിക്കുമിടയിൽ
ഊഞ്ഞാലാടിയ നീ!
പിറക്കാനിരിക്കും പുലരിച്ചോപ്പിനും
ഇരുണ്ട നാലാം യാമത്തിനുമിടയിൽ

പൊരുതിപ്പാടിയ നക്ഷത്രമായ് നീ!
വേഗം കൂടിയ ചുവടുകൾക്കും
പടയോട്ടക്കെടുതികൾക്കുമിടയിൽ
പെൻഡുലമായ് പിടഞ്ഞുനിന്ന നീ!
ഇന്നുകൾക്കൂർജ്ജജനദിയായ്
നാളെകൾക്കുദയത്തിന്റെ നട്ടെല്ലായ്
സഫ്ദർ,
നീ ഞങ്ങളിൽ ബാക്കി നില്ക്കുന്നു!
വൈരൂപ്യങ്ങൾക്കിടയിലൊരു സൗന്ദര്യമുഖമായ്
വെറുപ്പുകൾക്കിടയിലൊരു സ്നേഹാശ്ലേഷമായ്
സഫ്ദർ,
നീ ഞങ്ങളിൽ ബാക്കിനില്ക്കുന്നു!

ജനുവരി 9,
തിങ്കളാഴ്ച.
സാഹിബാബാദ്,
ഇന്ത്യയാകെയും

സഫ്ദർ ഹാശ്മി,
ഇവിടെ ഞങ്ങളാരംഭിക്കുന്നു
ജനുവരി ഒന്നിന്റെ പകൽനേരം
പെട്ടെന്നു നിർത്തിവെച്ച നിന്റെ നാടകം
ഈ തെരുവിൽ
എല്ലാ തെരുവിലും
ഞങ്ങൾ പുനരാരംഭിക്കുന്നു
സഫ്ദർ ഹാശ്മി,
നിന്റെ പോരാട്ടത്തിന്റെ നാടകം!
('ഹല്ലബോൽ' വീണ്ടും രോഷമേഘം വർഷിക്കുന്നു.
'പർചം' വീണ്ടും ചൈത്രഗീതം പാടിയാർക്കുന്നു.
'ഭീഷ്മർ' വീണ്ടും രുധിരശപഥം ഏറ്റെടുക്കുന്നു.)

ഈ ഭൂമിയുടെ അതിരുകളിൽ
നിന്റെ പേർ
പൊരുതിയുണരുന്ന ഒരു പ്രഭാതമായി
ഞങ്ങൾ നട്ടുപിടിപ്പിക്കും
ഈ ആകാശത്തിന്റെ നീലിമകളിൽ
നിന്റെ പേർ
സ്നേഹദാരുണമായ ഒരോർമ്മയായ്
ഞങ്ങൾ തുന്നിച്ചേർക്കും

ചെങ്കോട്ടച്ചുമരുകളിൽ ചൈത്രത്തിന്റെ വീഥികളിൽ
നിന്റെ പേർ
ചുകന്ന വലിയ അക്ഷരങ്ങളിൽ
ഞങ്ങൾ എഴുതിവെക്കും:
സഫ്ദർ ഹാശ്മി! സഫ്ദർ ഹാശ്മി!
പാതകം ചെയ്ത ഭീരുക്കളിൽ
പേടികൾ
കാട്ടുചെള്ളിന്റെ കൂട്ടമായ് പെരുകുംവരെ
നിന്റെ പേർ
ഞങ്ങൾ ആവർത്തിച്ചാവർത്തിച്ചുച്ചരിക്കും
സഫ്ദർ ഹാശ്മി! സഫ്ദർ ഹാശ്മി!
ചരിത്രം ജേതാവായി
ഈ തെരുവിലെത്തുംവരെ
അപൂർണ്ണതയിൽ അവസാനിച്ച നിന്റെ നാടകം
ഞങ്ങൾ വീണ്ടും വീണ്ടും അരങ്ങേറും
സഫ്ദർ ഹാശ്മി,
നിന്റെ പോരാട്ടത്തിന്റെ നാടകം!
വരൾച്ചകൾ മുടിയഴിച്ചാടിയ ഈ ഭൂമിക്ക്
മഴമേഘമായിരുന്നു നീ.......
വറുതികൾ വേതാളമായ് ചുരമാന്തിയ ഈ തെരുവുകൾക്ക്
സമൃദ്ധിയുടെ സ്വപ്നമായിരുന്നു നീ........
സഹഹൃദയങ്ങൾക്ക് സഹനങ്ങളിൽ
സ്നേഹോഷ്മളമൊരു ഗീതമായിരുന്നു നീ.....
കഠാരകൾ പതിയിരിക്കുന്ന തെരുവോരങ്ങൾ
തീയുണ്ടകൾ ചീറിയെത്തുന്ന രാജവീഥികൾ
ചോരനാവുകൾ നീരാളിയായെത്തുന്ന പെരുവഴികൾ
അമർത്തിമുളലുകൾക്കിടമായ്ത്തീരുന്ന ഇടനാഴികൾ
ഈ ഇരുണ്ട നാലാം യാമത്തിൽ
ഞങ്ങൾ
ഉറങ്ങാതിരിക്കുമ്പോൾ
രക്തകുടീരത്തിൽ
നീ
ഞങ്ങൾക്ക് കാവൽ നില്ക്കുമ്പോൾ
സഫ്ദർ ഹാശ്മി,
ഇവിടെ അവസാനിക്കുന്നില്ല!

സംഘമിത്രയുമായി ഒരു സൗഹൃദഭാഷണം

ഒന്ന്

ഇനിയും ഒരു രോദനഗീതം
തലമുറകൾക്ക് പകർന്നുകൊടുക്കാൻ
സംഘമിത്രാ
നിനക്കവകാശമില്ല.

ക്രൗര്യത്തിന്റെ വേനലുകൾ കത്തിപ്പടരുമ്പോൾ
ഒരു കുമ്പിൾ കാരുണ്യം ആചമിച്ച്
ഇനിയും നമ്മൾക്ക് ദാഹം തീർക്കാനാവില്ല
നിനക്കറിയുമോ, ലങ്കയിൽ കട്ടകെട്ടിത്തണുക്കുന്ന ചോര
ഒരു വംശവൈരത്തിന്റെ പാതകചിത്രം മാത്രമല്ല
ഭോപ്പാലിൽ പിടിഞ്ഞവസാനിച്ച പത്തായിരം ജീവിതങ്ങൾ
ഒരു ദുരിതത്തിന്റെ ധൂമിലചരിതം മാത്രമല്ല
സുവർണ്ണ മന്ദിരത്തിന്റെ താക്കോൽക്കൂട്ടം
കാവൽ പട്ടാളത്തിന്റെ കൈയിൽപ്പെട്ടതും പിന്നെ
പഞ്ചാബിന്റെ ഹൃദയത്തിൽ മരണങ്ങൾ കുമിഞ്ഞതും
പിന്നെ കുരുതികൾ നവദില്ലിയോളം പടർന്നതും
സ്വാഭാവിക സംഭവങ്ങളുടെ ഛായാഫലകം മാത്രമല്ല

സംഘമിത്രാ
ഒരു കറുത്ത കാലത്തിന്റെ വേലിയേറ്റമാരംഭിക്കുന്ന
അഴിമുഖത്താണ് നമ്മളിപ്പോൾ
ഒരു ചുടലക്കളത്തിന്റെ തെക്കേത്തലയ്ക്കിലിരിക്കുന്ന

ഹരിശ്ചന്ദ്രന്റെ പേരക്കുട്ടികളുടെ
ഈ വിധി
വെറുംതലയിൽ പേറാൻ നമുക്കാവില്ല
പൊരുളും വെളിപാടും അരുളപ്പാടുകളും
വടവൃക്ഷച്ചുവട്ടിലെ മിഥ്യകൾ മാത്രമാണിന്ന്.

ചവിട്ടിക്കയറേണ്ട മലമടക്കുകൾ പലതുണ്ട്
നീന്തിക്കടക്കേണ്ട കടലിടുക്കുകൾ പലതുണ്ട്
പൊരുതിനില്ക്കാൻ പടനിലങ്ങൾ പലതുണ്ട്
പക്ഷേ,
പൊരുതിപ്പിന്മാറാൻപോലും പറ്റാത്ത
കടുത്ത ചാവേറിന്റെ കറുത്ത കാലമാണിതു-
സംഘമിത്രാ!

രണ്ട്

അത്‌ലാന്റിക്കിന്റെ ആഴക്കിണറ്റിൽ
അന്യന്മാർ ഈ അമ്മയുടെ മക്കളെ കൊന്നു താഴ്ത്തുമ്പോൾ
ഏതുശാന്തിമന്ത്രമുരുവിട്ട്
ഇനിയും നീ ഭിക്ഷയാചിക്കുന്നു സംഘമിത്ര?

കാടുകളെ കൊലചെയ്ത കൗടില്യന്മാർ
സമതലങ്ങളിൽ പാർപ്പുറപ്പിച്ച് വേട്ട തുടരുമ്പോൾ
പരിത്യാഗത്തിന്റെ ഏതു പുല്ലാങ്കുഴൽ
ഇനിയും നീ പാടാനൊരുങ്ങുന്നു സംഘമിത്രാ?

ജീവനെ അപ്പമായ് ദാനം ചെയ്ത പഴയ ദേവൻ
ഇന്നിപ്പോൾ വിളഭൂമിയിൽ തീ വിതച്ച്
വേതാള കേളിയാടുന്ന കാഴ്ചകാണാൻ
നീ വിസമ്മതിക്കുന്നതെന്തിനു സംഘമിത്ര?

പ്രേതങ്ങൾ ജീവിതത്തിന്റെ താരാട്ടുപാടുന്ന
ശകുനപ്പിഴകളെ
വാഴ്വേമായമെന്നു നിശ്വസിക്കാൻ
ഇനിയും നമുക്കാവില്ല സംഘമിത്രാ!

റേഷൻകടയിൽ ക്യൂനിന്നു കിട്ടുന്ന അരിമണികൾ പോലെ
നമ്മുടെ സ്വപ്നങ്ങൾ
നിസ്സാരമാകാൻ പാടില്ല സംഘമിത്ര!

ശിങ്കിടികൾക്കു വീതിച്ചു കിട്ടുന്ന കങ്കാണിപ്പണം പോലെ
നമ്മുടെ ആർജ്ജവം
നാണം കെട്ടുപോകാൻ പാടില്ല സംഘമിത്രാ!

അനന്തകോടി നക്ഷത്രങ്ങൾക്കുമിടയിൽ
കെട്ടുപോകാൻ പാടില്ലാത്തൊരു നാളമായ്
നമ്മൾക്കൊരു സൂര്യൻ
സൂര്യന്റെ താളക്രമത്തിന്റെ സംഗീതമറിയാൻ
നമ്മൾക്കൊരു ഭൂമി
ഭൂമിയിൽ നമ്മൾക്കീ ജീവിതം
സംഘമിത്രാ!

പെറ്റിബൂർഷ്വാ സുഹൃത്തിന് ഒരു തുറന്ന കത്ത്

സുഹൃത്തേ,
തൊഴിലാളിക്കു മകനായ് പിറന്ന്
തൊഴിലന്വേഷിച്ചലഞ്ഞ്
അവസാനം
സർക്കാരാഫീസിലൊരു ഗുമസ്തനായ് കുപ്പായമിട്ടപ്പോൾ
തൊഴിലില്ലാത്ത ചെറുപ്പക്കാർ നിനക്ക്
ആരോ അന്യന്മാരുടെ ഒരു കൂട്ടം മാത്രം
പിക്കറ്റിങ്ങിനു പോകുന്ന കർഷകത്തൊഴിലാളികൾ
നിനക്ക് ഏതോ ഒരു ജാഥ മാത്രം
ചുകന്ന കൊടിയും മുദ്രാവാക്യവും നിനക്ക്
ഏതോ ഒരു കാഴ്ചമാത്രം, ഒരു തമാശമാത്രം
സുഹൃത്തേ,
ഇത്രപെട്ടെന്ന്
നീ നിന്നെത്തന്നെ മറന്നുപോകുന്നോ?
തൊഴിലന്വേഷിച്ചു തെണ്ടിത്തിരിയുമ്പോൾ
നിന്റെ ചോരയ്ക്കു പ്രിയപ്പെട്ട ചുകപ്പായിരുന്നു
ഇത്ര പെട്ടെന്ന്
നിന്റെ ചോരയ്ക്കു നിറം പകരുന്നോ?
പഠിച്ചുകൊണ്ടിരുന്നപ്പോൾ
നിന്റെ ചിന്തകൾക്കു പൊള്ളുന്ന തിളക്കമായിരുന്നു
ഇത്ര പെട്ടെന്ന്
നിന്റെ ചിന്തകൾ കരിക്കട്ടകളായോ?

സുഹൃത്തേ,
കുട്ടിയായിരുന്നപ്പോൾ
കിഴക്കേതിലെ കല്യാണിയേടത്തി
നിനക്കമ്മയായിരുന്നു
കല്ലുകൊത്തുകാരൻ കണ്ണേട്ടൻ നിനക്കച്ഛനായിരുന്നു
ഇത്ര പെട്ടന്ന്
സർക്കാരാഫീസിലൊരു ഗുമസ്തന്റെ വേഷമിട്ടപ്പോൾ
നിനക്കച്ഛനും അമ്മയും
അവിഹിതമായൊരു ബന്ധംപോലെ
അസുഖകരമായ ഒരു വല്ലായ്മയോ?
കോട്ടും പാപ്പാസുമിട്ടുദ്യോഗസ്ഥന്റെ വേഷമിട്ടപ്പോൾ
മിസ്സിസ് കുൽക്കർണിയും മഞ്ജുളാമേനോനും
ആന്റണി സിറിയക്കും
നിനക്കു പുതിയ ചങ്ങാതിമാർ
സുഹൃത്തേ,
ചായക്കടക്കാരൻ ഗോപാലനും ബീഡിതെറുക്കുന്ന
വാസുവും
നിനക്കിപ്പോൾ ഓർമ്മപോലുമില്ലാത്ത പേരുകൾ മാത്രം
സുഹൃത്തേ,
ഇത്ര പെട്ടെന്ന്
നീ നിന്നെത്തന്നെ മറന്നുപോകുന്നു?
സുഹൃത്തേ,
ക്രിക്കറ്റും കാബറേയും സിംഹങ്ങളുടെ ക്ലബ്ബിലംഗത്വവും
നിന്റെ പൊങ്ങച്ചത്തിന്റെ ബലൂണുകളിൽ
കാറ്റു നിറയ്ക്കുമ്പോൾ
ഹലോ ഹലോ സൗഹൃദത്തിന്റെ ചായം
പുരട്ടിയ സല്ലാപങ്ങളിൽ
ഒരു നായകനടനായി താരമൂല്യം നേടി
നീ തകർത്തു മുന്നേറുമ്പോൾ
പിതൃത്വമില്ലാത്ത നാട്യങ്ങളുടെ കഴുത്തിൽ
താലികെട്ടാൻ കൊതിച്ച് ഫാഷൻ പരേഡിന്റെ
നീതിസാരങ്ങളനുസരിച്ച്
നീ നിത്യവും വേഷം പുതുക്കിയാളുമാറുമ്പോൾ
സുഹൃത്തേ,
നിന്റെ നിസ്സാരതകൾ നിന്റെ തന്നെ കണ്ണാടിയിൽ
ഒന്നു മുഖം നോക്കാൻ നീ സമയം കാണുമോ?
നീ അംഗമായ തലമുറയുടെ അപമാനത്തിൽനിന്ന്
കുതറിമാറാൻ
ഒരിക്കലെങ്കിലും നീ ശ്രമിച്ചുനോക്കുമോ?

സുഹൃത്തേ,
ഈ നായ്ക്കളുടെ ലോകത്തിൽ നായ്ക്കളിലൊരുത്തനായി
കുരച്ചു മരിക്കാതെ
ഒരു കല്ലേറിന്റെ കരുത്തെങ്കിലും നീ കരുതി വെക്കുമോ?
ഒരു പുഴുവായവസാനിക്കാതെ
ഒരു തെമ്മാടിത്തത്തിന്റെ തേറ്റപ്പല്ലെങ്കിലും
പറിച്ചെടുക്കാൻ നീ തന്റേടം കാട്ടുമോ?
ചുകന്ന കൊടി പിടിച്ച്
പ്രഭാതത്തിലേക്കു മാർച്ചു ചെയ്യുന്ന
ഈ പുരുഷസഞ്ചയത്തിൽ
സുഹൃത്തേ,
നിനക്കും നിന്റെ സ്ഥാനമുണ്ട്.
(നിന്റെ മാത്രം ഇരുട്ടിലേക്ക് നീ പോകരുത്)
പാതയോരത്തു മാറിനിന്ന് പരിഹാസ-
ച്ചിരി ചിരിക്കുന്നവർ
അവർ തല്ക്കാലം ചിരിച്ചുകൊള്ളട്ടെ
(അവർ നാളെ നിലവിളിക്കേണ്ടവരാണ്)
അങ്ങാടിപ്പെണ്ണിന്റെ അടിവയറ്റിൽ
മറന്നുപോകുന്ന നിന്റെ ഒറ്റയാൻ രാത്രികൾ
ലഹരിപ്പുകയിൽ നഷ്ടപ്പെടുന്ന നിന്റെ
അവബോധത്തിന്റെ ആകാശനീലിമകൾ
ഈർപ്പം മുറ്റിയ സന്ധ്യയിൽ അനാഥമായി-
പ്പോകുന്ന നിന്റെ ആകാംക്ഷകൾ
എല്ലാം എനിക്കു നഷ്ടപ്പെട്ടു എന്നു വിഷാദിക്കുന്ന
നിന്റെ വിലാപഗാനങ്ങൾ
സുഹൃത്തേ,
അഴുക്കുകളിൽ സ്വയം കളഞ്ഞുപോയ നിന്നെ
നീ തന്നെ കണ്ടെടുക്കണം
(നിന്നെ നീയല്ലാതെ മറ്റാരാണു വീണ്ടെടുക്കുക?)
സുഹൃത്തേ,
കയ്യൂർ ഗ്രാമത്തിന്റെ വേനൽച്ചൂടിന്റെ
ഓർമ്മകളോടൊപ്പം
കാവുമ്പായിക്കുന്നുകളിലെ
ഡിസംബർ പച്ചകളോടൊപ്പം
നീ തിരിച്ചുവരണം.
പെരളശ്ശേരിയിലെ തലകുനിക്കാത്ത
തെങ്ങുകളോടൊപ്പം
പിണറായിയിലെ ചുകന്ന മണ്ണിന്റെ
വിത്തുകളോടൊപ്പം

നീ തിരിച്ചുവരണം.
പ്രഭാതത്തിലേക്കു പടർന്നുകയറുന്ന
പുതിയ യൗവനത്തോടൊപ്പം
പള്ളിപ്പറമ്പിലും ചിരിച്ചുണരുന്ന
പുതിയ പൂക്കളോടൊപ്പം
നീ തിരിച്ചുവരണം.
സുഹൃത്തേ,
അറ്റുകഴിഞ്ഞിട്ടില്ലാത്ത നിന്റെ അടിവേരുകളിലേക്ക്
നീ എപ്പോഴാണ് തിരിച്ചുവരിക?
ഒരിക്കലും വറ്റാത്ത പുഴയുടെ സ്നേഹത്തിലേക്ക്
നീ എപ്പോഴാണ് തിരിച്ചുവരിക?

വെറുക്കാനറിയുന്ന സ്നേഹങ്ങളോടെ
വെറുതെ കാത്തിരിക്കാത്ത സ്വപ്നങ്ങളോടെ

സ്വന്തം...

അമ്മയ്ക്ക് അവസാന കവിത

പകൽനേരമൊക്കെയും ചിക്കിയും ചേറിയും
വെയിൽ താണനേരത്തിറയത്തൊരറ്റത്ത്
കുത്തിയിരുന്നു നിനവ് നെയ്യാൻ
ഇനിയെന്റെ വീട്ടിലിന്നാരുമില്ല....
കത്താത്ത വിറകിന്റെ പൊറുതികേടുലയവേ
ഓർമ്മകളൂതിപ്പുകയടുപ്പെരിയിച്ച്
പിന്നെയും നീളും നിഴലു നോക്കാൻ
ഇനിയെന്റെ വീട്ടിലിന്നാരുമില്ല.....
പാതിവേവാത്ത ചോറും സുതാര്യമാം
സ്വപ്നങ്ങളും സ്നേഹദുരിതങ്ങളും
കിണ്ണങ്ങളെണ്ണി വിളമ്പി വിളിക്കുവാൻ
ഇനിയെന്റെ വീട്ടിലിന്നാരുമില്ല.....
ഒച്ചയനക്കങ്ങളേതുമി, ല്ലക്കരെ-
യൊറ്റ വിളക്കും തെളിഞ്ഞുമി, ല്ലപ്പൊഴും
ഒറ്റയ്ക്കിരുന്നു മുഷിഞ്ഞും, പകൽക്കിനാ-
വോരോന്നെടുത്തു കൊറിച്ചു കിടന്നും
പാതിരാക്കോഴിയെ കാതോർക്കുവാൻ
ഇനിയെന്റെ വീട്ടിലിന്നാരുമില്ല.....
കുരുമുളകുവള്ളികൾ വ്യഥയേറ്റുവാടുന്നു
കമുകു പൂങ്കുലകൾ കുളിരിലും കൊഴിയുന്നു
തൊടിയിലോ പക്ഷികളുടെ പാട്ടും നിലയ്ക്കുന്നു
വാഴക്കുടപ്പനിൽ കണ്ണുനീർ ചോരവേ
വാഴ്വിലിന്നൊരു പഴയ ഫലവൃക്ഷജീവിതം

പോടുകൾ ഏറെ വീണുടയുമൊരു ചിത്രമായ്
ചായുന്നു, നേരമിതു മദ്ധ്യാഹ്നമേഘാവൃതം.
പൂടകൾ മുളയ്ക്കാത്ത നാൾകളിൽ
തളിരും തേനും മുഗ്ദ്ധമോചനസ്വപ്നങ്ങളും
തന്ന പൂമരമെന്റെ അമ്മയാകുന്നു....
നോവുകൾ നിലയ്ക്കാത്ത ജീവനിൽ
മരുന്നും മന്ത്രങ്ങളും സ്നേഹലേപനങ്ങളും
തന്ന സാന്ത്വനമെന്റെ അമ്മയാകുന്നു....
വേവുകൾ കത്തിക്കാളുമെന്റെയീ ഭൂപാളിയിൽ
നോവിലും ചിരിതൂകിയേകയായ് പാടിപ്പതി-
ഞ്ഞൊഴുകും പുഴയെന്റെ അമ്മയാകുന്നു......
പേരറിയാത്ത പുഴകളിൽ
നീലക്കയങ്ങളും താണ്ടി ഞാനെത്തവേ
കരയിലൊരു കൽത്തറ മാത്രം
കാത്തിരിക്കുന്നവൾ
അമ്മയില്ല......
കർമ്മങ്ങളെല്ലാമൊടുങ്ങുന്നു,
ഇനി മണ്ണു മണ്ണായി മാറുന്ന
നിർമ്മല - നിഷ്കപട - നിഷ്കാമകർമ്മം!
ബന്ധങ്ങളെല്ലാമൊടുങ്ങുന്നു,
ഇനി നിത്യനിഭൃതമാം മണ്ണിന്റെ
ആലംബരഹിത-ശൂന്യഭരിതബന്ധം!
എല്ലാമൊടുങ്ങുന്നു
തീരവും തിരകളും ഹരിതകേദാരവും
എല്ലാമൊടുങ്ങുന്നു
സ്നേഹമേഘങ്ങളും ദൂരയാനങ്ങളും
കാലവേഗങ്ങളും
എല്ലാമൊടുങ്ങുന്നു......
പൊന്നുകൊണ്ടർച്ചനയില്ല
പൂവുകൊണ്ടർച്ചനയില്ല
ഈ നെഞ്ചിൻ മിടിപ്പുകളേറ്റുവാങ്ങാൻ
പുഴയിൽ നിന്നെത്തുന്ന കാറ്റു മാത്രം
ഈ നെറ്റിത്തടത്തിന്റെ ഭാരമേല്ക്കാൻ
വേർപ്പു പുരണ്ടൊരീ കല്ലുമാത്രം
നിലവിളക്കെണ്ണയിൽനിന്നും
ഒരു തിരിയും കൊളുത്തുന്നതില്ല
പകലിന്റെ നൊമ്പരം പിടയുന്ന തിരകളിൽ
പൊലിയുന്ന സന്ധ്യതൻ നിഴലുമാത്രം.....
നോവുകൾ വഴുതുമീ പടവിൽനിന്നും

ഒരു നിലവിളി പോലുമുടക്കുന്നതില്ല
വറ്റാത്ത ഖേദക്കിണറ്റിൽനിന്നും
കോരിയെടുത്തൊരീ കണ്ണുനീർ മാത്രം
-ഈ പുതുമണ്ണു കുതിരുവാൻ
അമ്മേ, ഇക്കണ്ണുനീർ മാത്രം.

ഒരു ഗ്രാമജീവിത പുരാവൃത്തം

കുന്നിനും കുന്നിനും താഴെ
ഒരു കുന്നല ഗ്രാമമുണ്ടായിരുന്നു.
കുന്നും കുഴിയും പരസ്പരം സ്നേഹിച്ച
ഒരു കിങ്ങിണി ഗ്രാമമുണ്ടായിരുന്നു.
കാമനയുടെ മേനികൾ നുറുവിളയുന്ന
ഒരു കതിരണിപ്പാടമുണ്ടായിരുന്നു.
കതിരണിപ്പാടത്തിനക്കരെയിക്കരെ
ദുരിതങ്ങളേറെയുണ്ടായിരുന്നു!
ചോലമരങ്ങൾക്കിടയിൽ പറമ്പിലൊരു
ചാണകം മെഴുകിയ മൺപുരയും
മൺപുരത്തിണ്ണയിൽ ഒറ്റയ്ക്കിരിക്കുമൊരു
ദുരിതകുമാരനുണ്ടായിരുന്നു.
(അവനന്നു കാലമാം കടലിന്റെ തിരകളിൽ
ഒരു മരതകദ്വീപം കിനാവുകണ്ടു
അവനന്നു ജീവന്റെ ആഴച്ചുഴികളിൽ
ഒരു ചുഴലിയുടെ ചുംബനം തൊട്ടറിഞ്ഞു
അവനന്നു നാളെയുടെ നനവാർന്ന വഴികളിൽ
ഒരു പടയേറ്റ ജീവിതം സ്വപ്നമാക്കി
അവനിന്നു പകലിന്റെ പൊള്ളും പഥങ്ങളിൽ
ഒരു കൊടിമരം ജീവന്റെ ഭാരമാക്കി....!)

തിരകളും തീരവും താരാട്ടുപാടിയ
ഒരു തളിരണി ഗ്രാമമുണ്ടായിരുന്നു
പുഴയും ചുഴിയും പരസ്പരം സ്നേഹിച്ച

ഒരു പുഴയോര ഗ്രാമമുണ്ടായിരുന്നു
തെങ്ങും കവുങ്ങും നിലാവും നിഴൽകളും
തിങ്ങിനിറഞ്ഞൊരു ഗ്രാമം
അഴലും നിഴലുമിരുട്ടും വെളിച്ചവും
അടരാടി നിന്നൊരു ഗ്രാമം
പുന്നെൽക്കതിരും കിനാക്കളുമെപ്പൊഴും
പുവിളിപാടിയുണർന്നൊരു ഗ്രാമം
അവിടെന്റെ വേർപ്പിന്റെ വേദനയാറ്റുവാൻ
ഒരു തണലെപ്പോഴുമുണ്ടായിരുന്നു
അവിടെന്റെ നിനവിന്റെ നിഴലുകൾ മായ്ക്കുവാൻ
ഒരു നിലാവെപ്പോഴുമുണ്ടായിരുന്നു
അവിടെന്റെ നോവുകൾ കവിതയായ് കായ്ക്കുവാൻ
ഒരു തൊടിയെപ്പോഴുമുണ്ടായിരുന്നു
അവിടെന്റെ ദുരിതവും കതിരായി വിളയുവാൻ
ഒരു വയലെപ്പോഴുമുണ്ടായിരുന്നു......

(തണലിന്നു വെയിലായി മാറി
നിലാവിന്നു നിഴലായിരുണ്ടു
വയലിന്നു വിളവറ്റുവിണ്ടു
തൊടിയിലോ മുൾക്കാടുകേറി
കനലിന്നു കരിനിറക്കട്ട
കവിതയോ കത്തുമൊരു കാനനഛായ....!)

കനലും കിനാവും പരസ്പരം കാമിച്ച
ഒരു കനലാടിഗ്രാമ[1]മുണ്ടായിരുന്നു
തെയ്യം – തിറകൾ തിമിർത്താടി നിന്നൊരു
തിറയാട്ട ഗ്രാമമുണ്ടായിരുന്നു
കുളക്കോഴി നീരാടി നില്ക്കുന്ന കടവുകൾ
കുമ്പാള കീറുന്ന കമുകിന്റെ തോപ്പുകൾ
കാക്ക വിരുന്നു വിളിക്കും വളപ്പുകൾ
തത്തകളാടുന്ന തെങ്ങോലത്തുമ്പുകൾ
അവിടെന്റെ കൗമാരമുണ്ടായിരുന്നു....
പാമ്പുകൾ മേയുന്ന പൊന്തപ്പടർപ്പുകൾ
പുഴവഞ്ഞി[2] പൂത്തുകൊഴിയുന്ന സന്ധ്യകൾ
കാവുകൾ തീണ്ടുന്ന മദ്ധ്യാഹ്നമുകിലുകൾ
കിളികുലം പാടുന്ന പാണ്ഡവപ്പകലുകൾ
–അവിടെന്റെ യൗവനമുണ്ടായിരുന്നു.....

ചിറകടിപോലെ കടന്നുപോയെല്ലാം
ചുടുനിണം ചോരുന്നോ ചിന്തയിൽനിന്നും?
ചെണ്ടകളസുരവാദ്യങ്ങളായിരം
മേളമൊരുക്കിത്തകർന്നുപോയോ?

പരിചയും വാളും ചിലമ്പും കിലുങ്ങിയ
പടകളി മുറ്റമിന്നേകാന്തമോ?
വെള്ളരിക്കാവലും ചൂട്ടുവെളിച്ചവും
നന്ദകുമാരന്റെ നാട്ടരങ്ങും[3]
പാടേയിന്നോർമ്മയിൽ കെട്ടുവോ? ദൂരെനി–
ന്നാരവം കേട്ടുവോ പാതിരയിൽ?
എല്ലാമെല്ലാം പൊലിഞ്ഞുപോയ് – ഇന്നു ഞാൻ
പകയാളി നില്ക്കുന്ന പന്തമല്ല!
എല്ലാമെല്ലാം തുലഞ്ഞുപോയ് – ഇന്നു ഞാൻ
തുയിലുണർന്നുരുകുന്ന തോറ്റമല്ല!
എല്ലാമെല്ലാം മുടിഞ്ഞുപോയ് – ഇന്നു ഞാൻ
മുടിയേറി നില്ക്കുന്ന മേഘമല്ല!

കുറിപ്പുകൾ:

1. കനലാടി ഗ്രാമം – കനലാട്ടത്തിന്റെ ഗ്രാമം
2. പുഴവഞ്ഞി – പുഴവക്കത്തു പൂക്കുന്ന ഒരു കാട്ടുമരം.
3. നന്ദകുമാരന്റെ നാട്ടരങ്ങ് – *ബാലഗോപാലൻ* എന്ന വെള്ളരി നാടകം. (എന്റെ ഗ്രാമീണ കൗമാരത്തിന്റെ ആദ്യത്തെ നാടകാനുഭവം).

നിള ഇന്നു നിളയല്ല

നിളയിന്നു നിളയല്ല, നീരൊഴുക്കിന്നെന്റെ
നിലവിളിക്കുടയവൾ നേത്രാവതി!
കവിയന്നു കണ്ടതോ കർപ്പൂര സന്ധ്യകൾ,
കവിയന്നു കേട്ടതോ കനകച്ചിലമ്പൊലി,
കൽവിളക്കെരിയുന്ന കർപ്പൂര സന്ധ്യകൾ-
ക്കറുതി: ഇന്നെവിടെയും ഗന്ധകജ്വാലകൾ!
കദനവും കവിതയായ് വിളയും ചിലമ്പൊലി—
ക്കറുതി: ഇന്നെവിടെയും കുതിരക്കുളമ്പടി!
കഴുമരം പൂക്കുന്ന രണധീരഗാഥകൾ—
ക്കറുതി: ഇന്നെവിടെയും കൊലവിളിച്ചിന്തുകൾ!
നിളയിന്നു നിളയല്ല, കാവ്യജലമിന്നെന്റെ
കവിതയുടെ കത്തുന്ന കാനനങ്ങൾ
കവിയന്നു കണ്ടതോ കാനനപ്പച്ചകൾ
കവിയന്നു കേട്ടതോ കല്ലോലഗീതികൾ-
കാനനപ്പച്ചയിൽ കെടുതികളുടെ കാട്ടുതീ
കടപുഴകിയമരുന്ന പെരുമരങ്ങൾ
കല്ലോലഗീതിയിൽ കൂലം തകർക്കുന്ന
കുരുതിമഴ പെയ്യുന്ന കുത്തൊഴുക്ക്!
നാളെയുടെ ഞാറ്റടികൾ നാഭിയിൽ പൊലിയവേ,
നാമേതു വിളകൾക്കു കൊയ്ത്തുപാട്ടുത്സവം?
കൂടിയാട്ടത്തിന്റെ ആരാമവഴികളിൽ
തേങ്ങലാർന്നകലുന്നതാരാണ് സുന്ദരി?
ശങ്കരാഭരണവും പാടിത്തിമിർക്കുന്ന

സങ്കടപ്പൊരുളിന്റെ സഖിയാരിവൾ,
ശാരികപ്പെണ്ണാരിവൾ?
ദേവദാരുക്കൾതൻ തണൽപറ്റിനിന്നു-
സുരതസ്വപ്നങ്ങൾ നെയ്തവൾ
വിധുരവേനലിൻ വിഷഭരിതവഹ്നിയിൽ
ഇന്നിവൾ വേവുന്നുവോ?
തോഴിമാരൊത്തു ജമുനയിൽ ഗംഗയിൽ നീന്തി നീരാടി
നിന്നവൾ
പെരിയാറ്റിലൊറ്റയ്ക്കൊഴുക്കിലിന്നുലയുവാൻ
തുഴയറ്റ തോണിയിൽ നില്ക്കുന്നുവോ?
കൂത്തമ്പലത്തിന്റെ ആരൂഢശിലകളിൽ
നിലവിളിച്ചുണരുന്നതാരാണ് കാമിനി?
വർണ്ണകമ്പളം നീർത്തുന്ന നീലാംബരത്തിന്റെ
നടനശാലയിൽ തേങ്ങുന്നതാരിവൾ
മോഹിനിപ്പെണ്ണാരിവൾ?
ദേവതാചമയവും ലാസ്യലാവണ്യവും
മാറ്റിവെച്ചിന്നിവൾ
ചുടലയായ് തീരുന്ന പാതിരാത്തെരുവിലി-
ന്നൊറ്റച്ചിലമ്പുമായെത്തുന്നുവോ?
നിളയിന്നു നിളയല്ല, പുഴയൊഴുക്കിന്നെന്റെ
പൊറുതിയുടെ പൊള്ളുന്ന പൂഴിമാത്രം!
കവിയന്നു കണ്ടതോ പൂവിളിപ്പൊലിമകൾ
കവിയന്നു കേട്ടതോ പൂർവ്വികപ്പെരുമകൾ
പൂവിളിപ്പൊലിമയുടെ മേഘാലയങ്ങളിൽ
പ്പൂർവ്വികപ്പെരുമയുടെ
ദുർഗ്ഗന്ധധൂർത്തമാം ദുർഗ്ഗങ്ങളിൽ
ശൂലപാണികൾ പെരുകുന്നു - പുലർകാലവേളയുടെ
നിലവിളക്കെരിയുന്നൊരിടനാഴിയിൽ
ഇനിയേതു വധമാണ് വീണ്ടും?
കൊമ്പുവിളിച്ചു കുഴലുകളൂതി
വമ്പുകളൊക്കെ തിടമ്പുകളാക്കി
ആർഭാടചാമരം വീശിപ്പൊലിപ്പിച്ച്
ആരെനാ, മെന്തുനാ, മാചരിക്കുന്നു
കോയ്മകൾ കുലപതികളിപ്പോഴും
കുന്തം കുലുക്കുന്ന ഭൂപാളിയിൽ?
ആവണപ്പലകയി-
ട്ടാരതികളുഴിഞ്ഞിട്ടു-
മാതിരത്താരം ഗണിച്ചെടുത്തും
ആരെനാ, മെന്തുനാ, മാചരിക്കുന്നു,

ഉടയോന്റെ പകിടയും പള്ളിവാളും
ഉറയൂരി നില്ക്കുന്ന നേരങ്ങളിൽ?
ഈ മണ്ഡലത്തിന്റെ നിലവിളക്കെണ്ണയിൽ
ഏഴുതിരിസ്വപ്നം നിറന്നുകത്തുമ്പൊഴും
ഇരുളിന്റെ അറിയാത്തൊരിടനാഴിയിൽ
അലറിക്കുതിക്കുന്നു കത്തിവേഷം!.....
ഈ മണ്ഡലത്തിന്റെ ആലോല വായുവിൽ
'താനനം തിന്തനം' ചില്ലതോറും
ചുടുനിറം ചോരുന്ന ചുണ്ടുമായിപ്പൊഴും
കുറുകിപ്പറക്കുന്നു കാട്ടുപക്ഷി!.....
കൂത്തമ്പലത്തിന്റെ കതിർമണ്ഡപത്തിൽനി–
ന്നിനിയേതു കാളിയുടെ കൂത്താണു നാളെ?
കൂടിയാട്ടത്തിന്റെ താഴികപ്പന്തലിൽ
ഇനി നാളെയാരാണു കുരുതിയുടെ കാമുകൻ?
നിളയിന്നു നിളയല്ല, പെരിയ നദിയിന്നെന്റെ
പൊറുതിയുടെ പൊള്ളുന്ന മണൽനിരപ്പ്!

യാസർ അറഫാത്തിന് ഒരു യാത്രാമംഗളം

കടലുകളിൽനിന്ന്
കടലുകളിലേക്ക്
നീ പോകുന്നു.....
ഒരു കിളിക്കുഞ്ഞിനെ നെഞ്ചിലെടുത്ത്
നീ പോകുന്നു......
കണ്ണീർ പുരണ്ട തൂവാലകളും
ആലിംഗനങ്ങളും നെരിപ്പോടുകളും വിട്ട്
നീ പോകുന്നു.....

ആവനാഴിയിൽ അവസാനത്തെ അസ്ത്രമുനയും കരുതിവെച്ച്
കുഞ്ഞുമക്കളുടെ നിലവിളിയും കൂട്ടക്കുരുതിയും
വെടിയൊച്ചകളും കടന്ന്
നീ പോകുന്നു.......
തരിശുകളിൽനിന്ന് ഒലീവിന്റെ ഹരിത മോഹങ്ങളിലേക്ക്
തുറമുഖങ്ങളിൽനിന്ന് യെരുശലേമിന്റെ
തീരക്കിനാവുകളിലേക്ക്
നീ പോകുന്നു.....
–യാസർ,
നിനക്ക് യാത്രാമംഗളം!

വിരുന്നൊരുക്കുന്ന അറബിനാടുകളുടെ അന്തപ്പുരങ്ങൾ
നിന്നെ വീര്യം കെടുത്തുമോ?
വട്ടമിട്ടുപറക്കുന്ന കുറ്റൻ കൊതുകിനു മുമ്പിൽ

നിന്റെ പടയേറ്റം വഴിമുടങ്ങുമോ?
ശാന്തസാഗരമായ നിന്റെ മാനവസ്നേഹം
കെടുതികളുടെ ചളിക്കുളങ്ങളിൽ
കുടുങ്ങിയവസാനിക്കുമോ?
ലെബനോൺ
ദീർഘയാത്രയിൽ സാന്ത്വനമായിത്തീർന്ന
ഒരു താവളമായിരുന്നു
ട്രിപ്പോളി
നിദ്രാശൂന്യരാത്രികൾക്കുശേഷം വീണ്ടെടുത്ത
ഒരു നിമിഷത്തിന്റെ വിശ്രാന്തിയായിരുന്നു.
താവളമുപേക്ഷിച്ച്
വിശ്രാന്തി വിട്ടുണർന്ന്
വീണ്ടും നീ പോകുന്നു......

നിന്റെ പ്രാർത്ഥനകളിൽ
കുരിശുമരങ്ങൾ കുന്നുകയറുന്നതു ഞാൻ കാണുന്നു
നിന്റെ നിലാവുകളിൽ
കട്ടയിരുട്ടും ക്രൗര്യങ്ങളും മുക്രയിടുന്നതു ഞാൻ കാണുന്നു
നിന്റെ വാത്സല്യം നിറഞ്ഞ കണ്ണുകളിൽനിന്നും
ചോര കിനിയുന്നതു ഞാൻ കാണുന്നു......
യാസർ,
ചരിത്രത്തിന്റെ പാതകത്തോടു പകരം വീട്ടാൻ
ചരിത്രമില്ലാതെ മറ്റാരുണ്ട്?

യെരുശലേമിനു ശാന്തി!-
കുളമ്പടികളിൽ ചതഞ്ഞരയുന്ന നിലവിളികളിൽ
ആരുടെ ശാന്തി?
യാസർ,
ആരുടെ ശാന്തി?
'സന്മനസ്സുള്ളവർക്ക് സമാധാനം'!-
ഭൂമിയുടെ ഉപ്പായ നല്ലമക്കൾ നഞ്ഞിൽ കുതിർന്നു
നാശമടയുമ്പോൾ
ആരുടെ സമാധാനം?
യാസർ,
ആരുടെ സമാധാനം?

Tell your children what Israel has done!
Tell your children what the Arabs have done!
Tell your children what the world has done!*

കരയായ കരയെല്ലാം വെടിയുണ്ടകൾ ഉഴുതുമറിക്കുമ്പോൾ
കടലായ കടലെല്ലാം കപ്പലോട്ടക്കൊലയറകൾ നിറയുമ്പോൾ
വരുംകാല ചൈത്രത്തിന്റെ മക്കളോട്
ചരിത്രത്തിന്റെ പാതക കഥ
ആരു പറയും,
യാസർ, ആരു പറയും?

കടലുകൾക്കും കരകൾക്കുമിടയിൽ
ക്രൂശിതന്റെ ഹൃദയംപോലെ പിടഞ്ഞുനിന്ന നിമിഷങ്ങൾ
പിൻതള്ളി
നീ യാത്രയാവുന്നു....
സ്വപ്നഭംഗങ്ങളുടെ കടലിടുക്കുകൾക്കുമപ്പുറം
പ്രഭാതസൂര്യന്റെ തീരങ്ങൾ ലക്ഷ്യമാക്കുന്ന
നിന്റെ ദിശാബോധം
ചതിയൻ ചുഴികളിൽ ബോധം കെടുമോ?
നിന്റെ അവസാനമില്ലാത്ത യാത്രകൾ
എന്നാണവസാനിക്കുക?
നിന്റെ പടയേറ്റത്തിന്റെ പായക്കപ്പലുകൾ
ഏതു തുറമുഖത്താണു കരയടുക്കുക?

–യാസർ,
നിനക്കു യാത്രാമംഗളം
ഒരു തലമുറയുടെ യാത്രാമംഗളം!

കുറിപ്പ്:

* അറബിയിലെഴുതപ്പെട്ട ഒരു കൈയെഴുത്ത് പോസ്റ്ററിന്റെ ഇംഗ്ലീഷ് പരിഭാഷ.

സീതയുടെ പൊറുതികൾ

ഇതു പകലൊടുങ്ങാത്ത നേരമോ?
പൊറുതിയിൽ
കനലു വേവുന്ന കാലമോ?
    പക്ഷേ, ഇതു-
    സീതയൊറ്റയ്ക്കു പോകുന്ന
    യാത്രയുടെ നേരമാകുന്നു......
നഗരമെപ്പൊഴും കാന്താരമെങ്കിലും
ചതികളെപ്പൊഴും മാരീചനല്ല
കാൽച്ചുവടിലെപ്പൊഴും പാതാളമെങ്കിലും
വൻതിരകളെപ്പൊഴും രാവണച്ചുഴികളല്ല
    കടലെടുക്കുന്ന മൈഥിലീമനസ്സിലോ
    പവിഴദ്വീപിന്റെ പച്ചിലപ്പൊട്ടുകൾ?
    കുരുതി വാപിളർന്നെത്തും തമസ്സിലോ
    പൊറുതി തേടുന്ന പെൺമയുടെ പീലികൾ?
ഇതു പകലൊടുങ്ങുന്ന നേരമാകുന്നു.....
ഇതു കനലു വേവുന്ന കാലമാകുന്നു....
മിഥിലയുടെ നീലവാനമിന്നകലെയാകുന്നു....
രാജനഗരിതൻ
പ്രണയരാത്രിയിന്നകലെയാകുന്നു......
(ആൺപിറപ്പുകൾ മക്കളിന്നകലെയാകുന്നു.....)
    കണ്ണിലുണ്ടിപ്പൊഴുമൊരു താരകം....
    കാട്ടുപൊന്തയിലുണ്ടിപ്പോഴും
    കാമനകളായിരം....

പക്ഷേ, യിതു-
സീതയ്ക്കൊറ്റയ്ക്കു പോകുന്ന യാത്രയാണല്ലോ
പിന്നിലാരുണ്ടു ഖേദം പകുക്കുവാൻ?
ആരുമില്ലാരുമില്ല
ഇതു സീതയ്ക്കൊറ്റയ്ക്കുപോകുന്ന
യാത്രയുടെ പൊറുതിയാകുന്നു....

ഒരു കവിയുടെ ഇന്ത്യൻ അവസ്ഥ

ഒന്ന്

ഓരോ പകലും
കടുത്ത ചാവേറിന്റെ കുരുതിക്കഥകൾ
അവനെ തേടിയെത്തുന്നു
രാത്രികളോരോന്നും
ദുരിതമരണങ്ങൾ വന്നു മുട്ടിവിളിച്ച്
അവനെ വീർപ്പു മുട്ടിക്കുന്നു
പകലായ പകലെല്ലാം
ഫയലുകളുടെ പൊടിതിന്ന്
അവൻ വിശപ്പടക്കുന്നു.
രാത്രി യാമങ്ങളോരോന്നും
കൊതുകടിയിൽ പിടഞ്ഞുണർന്ന്
അവൻ ഉറക്കമിളയ്ക്കുന്നു.
പകൽ മുഴുവൻ
പണമിടപാടുസ്ഥാപനത്തിന്റെ പടി
കയറിയിറങ്ങി
അവൻ നട്ടം തിരിയുന്നു
രാത്രി മുഴുവൻ
പലിശയും കൂട്ടുപലിശയും വക്കീൽ നോട്ടീസും
ഒന്നിച്ചുവന്ന്
അവനെതിരേ നിലയുറപ്പിക്കുന്നു
പകലിന്റെ പാതയോരങ്ങളിൽ
ചെന്നായ ആട്ടിൻകുട്ടികളാവുന്ന കളിയിൽ

അവൻ കണ്ണുനട്ടിരിക്കുന്നു
        രാത്രിയുടെ കോളാമ്പികളിൽ
        ചോര നിറഞ്ഞു തുളുമ്പുമ്പോൾ
        അവൻ ചുമച്ചു ശ്വാസം മുട്ടുന്നു.......

രണ്ട്

പേടിസ്വപ്നത്തിൽ നിലവിളിക്കുന്ന സ്വന്തം സഖി
നിശ്വാസത്തിന്റെ വിളിപ്പാടകലെ
തളർന്നുറങ്ങുമ്പോഴും
ഓർമ്മയുടെ തരിശുനിലങ്ങളിൽ
ഒറ്റയ്ക്കു സഞ്ചരിച്ച്
അവൻ വിത്തുകളന്വേഷിക്കുന്നു
        മകരത്തിന്റെ മഞ്ഞുപെയ്യുന്ന പകലറുതികളിലും
        മനസ്സിന്റെ നെരിപ്പോടിൽ നീറിക്കിടന്ന്
        അവൻ വെന്തുരുകുന്നു
നീതിപാലകന്റെ അധികാരദണ്ഡിൽ
നിശാചരന്റെ ഫണമുയർത്തുമ്പോൾ
അവൻ കിടിലമറിയുന്നു

മൂന്ന്

ഇടവകയിലെ കൂട്ടപ്രാർത്ഥനകളിൽ
കുരിശുമരണത്തിന്റെ പലിശനിരക്ക്
കൂടിക്കൂടിവരുന്നു
        പള്ളിപ്പുറത്തെ ബാങ്കുവിളികളിൽ
        കൊലവിളിയുടെ ആഹ്വാനം
        പെരുകിവളരുന്നു
ക്ഷേത്രമുറ്റത്തെ കളിയാട്ടങ്ങളിൽ
ദാരികൻ രൂപത്തിന്റെ ക്രൗര്യങ്ങൾ
ഏറിയേറി വരുന്നു

നാല്

മാളിക മുകളിൽ താമസിച്ചു നാടുവാഴുന്ന
കേമന്മാരൊക്കെയും
കള്ളന്മാരുടെ കിങ്കരന്മാരെന്ന്
അവൻ തിരിച്ചറിയുന്നു
നിലാവിന്റെ നിഷ്കളങ്കതപോലും ഒരു കള്ളനാണയമെന്ന്
അവൻ തിരിച്ചറിയുന്നു
        സൂര്യകിരണം പോലും

മാരകരോഗാണുക്കളെന്ന്
അവൻ തിരിച്ചറിയുന്നു.
ചിരികളെല്ലാം ചിരികളല്ലെന്ന്
സ്നേഹവചനങ്ങളെല്ലാം സ്നേഹവചനങ്ങളല്ലെന്ന്
അവൻ തിരിച്ചറിയുന്നു
തിരിച്ചറിവുകളെല്ലാം
ബോധങ്ങളിൽവന്നു തിരയടിക്കുമ്പോൾ
അവൻ
തെരുവിലേക്കുതന്നെ തിരിച്ചുപോകുന്നു.
തെരുവിലോ
മാലിന്യങ്ങളുടെ മഹാപ്രളയം
തെമ്മാടികളുടെ തേരോട്ടം
കഴുതകളുടെ കൂട്ടക്കരച്ചിൽ
പാപികളുടെ പ്രേതവിചാരണ.....
തെരുവിൽനിന്നും
വാടകവീടിന്റെ തടവറയിലേക്ക്
അവൻ താവളം മാറ്റുന്നു-
ശുദ്ധവായു കുടിയൊഴിഞ്ഞ കൊട്ടാരത്തിൽ
വിയർത്ത് കിടന്ന് വീർപ്പുമുട്ടി
വരുംകാലത്തിന്റെ വാതായനത്തിൽ മിഴിയുറപ്പിച്ച്
അവൻ ഉറങ്ങാതിരിക്കുന്നു.
നേരമെത്ര വൈകിയാലും
കാലംപുലരുമെന്നുതന്നെ
അവൻ കിനാവു കാണുന്നു.
കോഴികൾക്കുമേലെ
കഴുകന്മാർ കൂകിത്തെളിഞ്ഞാലും
പുലരി പാടിയെത്തുമെന്നുതന്നെ
അവൻ കാത്തിരിക്കുന്നു.

അഞ്ച്

തമ്പുരാന്റെ പല്ലക്ക് ഭേരിമുഴക്കി കടന്നുപോകുമ്പോൾ
വെറുമൊരു കാഴ്ചക്കാരനായി
അവൻ നോക്കിനില്ക്കുന്നില്ല.
കാരുണ്യരഹിതമായ നഗരകാന്താരത്തിൽ
വിശന്നുവിളിക്കും കിടാങ്ങൾക്കുവേണ്ടി
ഒരു വൈക്കോൽ പോലും കൈയിലില്ലാതെ
അവൻ വെറുതെ ഖേദിക്കുന്നില്ല
മാർജ്ജാരവേഷം പൂണ്ട മൂഷികന്മാർ

തീയറ്ററുകളിലും ഷോപ്പുകളിലും കുമിഞ്ഞുകൂടി
കോപ്രായം കാട്ടുമ്പോൾ
തിരക്കില്ലാത്ത നടപ്പാതതേടി
അവൻ ഒറ്റയ്ക്കു നടക്കുന്നില്ല.
കന്യാചർമ്മം കളഞ്ഞുപോയ
സീതമാർക്കുവേണ്ടി
അവൻ *രാമായണം*
തിരുത്തിയെഴുതാനൊരുങ്ങുകയാണ്
തെരുവുകോലായകളിലെ
മാലാഖമാർക്കുവേണ്ടി
അവൻ ചാട്ടവാറുകൾ കൈയിലെടുക്കാൻ
തയ്യാറാവുകയാണ്
പോരാട്ടം പെരുമ്പറ മുഴക്കും നാദംകേട്ട്
അവൻ
നിലയെടുക്കുകയാണ്.....

ആറ്

കിനാവള്ളികൾ തേടുന്ന അവന്റെ കാലുകൾ
നീരാളികൾ വന്നു മുറുകിപ്പിണയുന്നു
വിജയഗാഥകൾക്ക് കാത്തിരിക്കുന്ന
അവന്റെ കാതുകളിൽ
വിലാപഗീതികൾ വന്നു വീണുടയുന്നു
താമരപ്പൊയ്കയുടെ ശീതളാനുഭവങ്ങൾ നിരാകരിച്ച്
നീന്താനൊരുങ്ങുമ്പോൾ
കടലിന്നടിയൊഴുക്കിന്റെ ചതിയൻ കൈകൾ വന്ന്
അവനെ പിടിമുറുക്കുന്നു
പ്രഭാതത്തിന്റെ പക്ഷികൾ പാട്ടുപാടുന്ന
അവന്റെ പ്രതീക്ഷകളിൽ
വിഷവാതകത്തിന്റെ മാരകമേഘങ്ങൾ
ചിറകുതാഴ്ത്തുന്നു
എന്നിട്ടും
അവൻ തളരുന്നില്ല
അവൻ തല കുനിക്കുന്നില്ല.....

ഏഴ്

ദൂരമറിയാത്ത മരുപ്പറമ്പിൽ
ഓടിയോടിത്തളർന്നിട്ടും
നീരൊഴുക്കും കന്യാവനങ്ങളും കണികാണാൻ

അവൻ നടന്നുകേറുകയാണ്.....
കുതിരക്കുളമ്പും വിഷക്കോപ്പയും സർപ്പദംശനങ്ങളും
അനവരതം തേടിവന്നിട്ടും
ചുടലയിലുണരുന്ന തീനാളം പോലെ
അവൻ വിടർന്നു പാടുകയാണ്.....

വേലിപ്പുറത്തേറി നില്ക്കുന്നവർ

വേലിപ്പുറത്തേറി നില്ക്കുന്നതാരാണ്, കണ്ടോ?
വേലിക്കുമപ്പുറം കാണുന്ന കാഴ്ചകൾ-
ക്കെന്തെന്തു കൗതുകം കണ്ടോ!
ഉഴുതുമറിക്കുന്നതാരെന്ന് കാണാം
വിത്തുവിതയ്ക്കുന്നതാരെന്നു കാണാം
കളകൾ പറിക്കുന്ന കൈകളെ കാണാം
കിളികൾ ചിലയ്ക്കുന്ന ചില്ലകൾ കാണാം.....
ഋതുഭേദഭാവങ്ങളകലെനിന്നൊരു ദിനം
ചിറകടിച്ചെത്തുന്ന നേരം
വേലിപ്പുറത്തേറി നില്ക്കുന്നവർക്കെന്തു-
കാഴ്ചകൾ കാണാം, കാര്യവും കാണാം:
ഈ ചിറകടിക്കിന്നു ഞാൻ കാരണക്കാരൻ
ഈ പുതുനിറക്കൂട്ടിന്നു കാരണക്കാരൻ
ഈ പുതുഗന്ധപുഷ്ക്കല കാലത്തിനൊക്കെയും
ഞാനാണു ഞാനാണു കാരണക്കാരൻ!
വേലിപ്പുറത്തേറി നില്ക്കുന്നതാരാണ്, കണ്ടോ?
മണ്ണുഴുതു മണ്ണുഴുതു മണ്ണിൽ പുതഞ്ഞവർ
വിത്തിട്ടു വിളവിന്ന് കാതോർത്തിരുന്നവർ
കളകളെ പിഴുതെടുത്തുഴലാൻ പഠിച്ചവർ
കാവലിന്നെപ്പോഴും കാതുകൊടുത്തവർ
വിത്തുകൾ വിളവായി മാറുന്ന വേളയിൽ
വിള കൊയ്തുകൂട്ടാനൊരുങ്ങുമ്പോൾ
വേലിപ്പുറത്തേറി നില്ക്കാൻ പഠിച്ചവർ
പറ്റമാ,യൊറ്റയായെത്തുന്നു.

ഞാനുണ്ട്, ഞാനുണ്ട് കൂട്ടിനെന്നാർക്കുവാൻ
എന്തൊരാവേശമാ, ണാവേശം!
വേലിപ്പുറത്തേറി നില്ക്കുന്ന മക്കൾക്ക്
ഏതു വയലിലും ചെന്നുചേരാം
വേലിപ്പുറത്തേറി നില്ക്കുന്ന മക്കൾക്ക്
അക്കരെയിക്കരെ പച്ചയല്ലോ
        ഏതുകരയിലും പച്ചയല്ലോ
        പച്ചകളെപ്പോഴും പഥ്യമല്ലോ
        പച്ചകൾ മേഞ്ഞുമദിക്കുന്ന വേളയിൽ
        പച്ചിലക്കാടിന്റെ പാനോത്സവം!
വേലിപ്പുറത്തേറി നില്ക്കുന്ന മക്കൾക്ക്
ഏതു കളത്തിലും ചെന്നുകേറാം
മണ്ണിലെ മക്കളിന്നവരുഴുത മണ്ണിന്റെ
കതിർമണിക്കറ്റകൾക്കവകാശികൾ
മണ്ണിലെ മക്കളിന്നവരുഴുത വേർപ്പിന്റെ
കനികൾക്ക് നേരായൊരവകാശികൾ
        കൊയ്ത്തിലും മെതിയിലും
        കൊടിയേറി നില്ക്കുന്നൊ-
        രുത്സവക്കാറ്റിൽ തിമർത്തു നില്ക്കേ
        വേലിപ്പുറത്തേറി നില്ക്കുന്ന മക്കളി-
        ന്നാർപ്പുവിളികളായെത്തുന്നേ
        ഞങ്ങളും ഞങ്ങളും കൂട്ടാണേ!
        കൊയ്ത്തുത്സവത്തിന് കൂട്ടാണേ!
വേലിപ്പുറത്തേറി നില്ക്കുന്ന മക്കൾക്ക്
ഏതു കുളത്തിലും കുളി കുളിക്കാം-
ആരാൻ കുഴിച്ച കുളക്കരയിൽ
വെറുതെയിരുന്നു ചൊറികൾ മാന്താൻ
ചൊറികളോ ചലമായി നാറ്റമായാൽ
ആരാൻ കുഴിച്ച കുളത്തിൻ തെളിമയിൽ
ചലവുമായ് ചെന്നു മലർന്നു നീന്താൻ
നീന്തിത്തിമിർത്തു ചെളി കലക്കാൻ
എന്തൊരുത്സാഹമാ-
ണെന്തൊരുത്സാഹം!
        വേലിപ്പുറത്തേറി നില്ക്കുന്ന മക്കൾക്ക്
        കാലവും നേരവും നോക്കിയെന്നും
        ചെളിവരമ്പേതെന്നു മാറി നില്ക്കാം-
        കലികാലവൈഭവം പാടിനില്ക്കാം.
ആരാന്റെ വീഴ്ചതൻ വാഴ്വുകണ്ട്

ഊറിച്ചിരിച്ചു ചുരുണ്ടിരിക്കാം!
ആരാന്റെ നോവിന്റെ ചുഴികൾ കണ്ട്
തോണി തുഴയും കളികളിക്കാം!
വീണാലും താണാലും വഴി നടക്കാൻ
ആളുകളപ്പോഴുമൊത്തുചേരും
അതിജീവനത്തിന്റെ വഴികളപ്പോൾ
ആഗോളവീഥിയായ് വീതികൂടും
വേലിപ്പുറത്തേറി നില്ക്കുന്ന മക്കൾക്ക്
അതുമപ്പോൾ കാലമാം നല്ലകാലം
പുതുവഴി വെട്ടിയോർ ഞങ്ങളാണെ-
ന്നപ്പോഴുമാർപ്പുവിളി മുഴക്കാം!

‘നേരമിതു നേരിന്റെ നേരമല്ല’
ഒരു കവിയുടെ ജീവിതവർത്തമാനങ്ങൾ
എം പി ബാലറാം

(എം പി ബാലറാം കുഞ്ഞപ്പ പട്ടാന്നൂരുമായി നടത്തിയ ദീർഘമായ സംഭാഷണത്തിൽനിന്നുള്ള പ്രസക്തഭാഗങ്ങൾ)

ഒന്ന്

പ്രാരംഭം

“....**പാ**ലങ്ങൾ ചെളികളിൽ പുഴ്ന്നുപോയും
പാലങ്ങൾ ഓരോന്നുമോരോന്നുമിങ്ങനെ
പാടെ തകരുന്നോ കൂട്ടുകാരാ?
കുത്തിയൊഴുകും പുഴകടക്കാൻ
ചങ്ങാടത്തോണി പണിതുനമ്മൾ
പാലം പൊളിഞ്ഞ പുഴക്കടവിൽ
പാലമായ് തന്നെ നിവർന്നു നമ്മൾ.... ”

“കൂടെയിരിക്കുവാൻ കൂട്ടുവേണം
കൂടെ നടക്കുവാൻ കൂട്ടുവേണം
കൂടെയിരുന്നതും കൂടെനടന്നതും
കൂട്ടുകാർ തന്നെയാണെങ്കിലും
ഒറ്റുകൊടുക്കുവാൻ ഓടിനടന്നതും
ഒറ്റപ്പെടുത്തുവാൻ ഉഷ്ണിച്ചുനിന്നതും
ഒടുവിലോ കൊണ്ടുപോയ് കൊല്ലുവാൻ
കൂട്ടുകൊടുത്തതും
കൂട്ടുകാരല്ലാതെയാരാണ് കൂട്ടുകാരാ?
നേരമിതേതാണ് കൂട്ടുകാരാ?
നേരാണ്, നേരമിത് നേരിന്റെ നേരമല്ല!”

(‘നേരമിത് നേരിന്റെ നേരമല്ല!’)

കുഞ്ഞപ്പ പട്ടാന്നൂരിന്റെ കവിതയിൽ നിന്നുള്ളവയാണ് ഈ രണ്ട്

ഖണ്ഡങ്ങൾ. ആദ്യത്തേത് ഓർമ്മയുടെ സാന്നിദ്ധ്യത്തേയും രണ്ടാമത്തേത് ഓർമ്മയുടെ നഷ്ടത്തേയും കുറിക്കുന്നു.

ഓർമ്മ– കുഞ്ഞപ്പ പട്ടാന്നൂരിന്റെ കവിതാലോകത്തിലെ ഏറ്റവും മൂല്യവത്തായ പദം 'ഓർമ്മ'യാണ്. 'ഓർമ്മ'യ്ക്ക് പകരംവെക്കാൻ അതിനോട് തുല്യമായ അത്രയും വിലപ്പെട്ട മറ്റൊരു വാക്ക് ഇവിടെ കണ്ടെടുക്കാൻ കഴിയില്ല. അതിനാൽ അഞ്ചു പതിറ്റാണ്ടിലധികം ദൈർഘ്യമുള്ള കവിതാജീവിതത്തിലേക്ക് പ്രവേശനം സാദ്ധ്യമാക്കുന്ന ഒരു താക്കോൽ വാക്കായി 'ഓർമ്മ'യെക്കാണുകയാണ് ഇവിടെ. പട്ടാന്നൂർ കവിതകളുടെ ആധാരശിലയെന്നും കേന്ദ്രബിന്ദുവെന്നും നിഭൃതസത്തയെന്നും വ്യത്യസ്തവിശേഷണങ്ങൾ 'ഓർമ്മ'യോടൊപ്പം ചേർക്കാവുന്നതാണ്. കുഞ്ഞപ്പ പട്ടാന്നൂരുമായി നടത്തിയ ദീർഘമായ സംഭാഷണങ്ങൾ, അതിനാൽ ഒരർത്ഥത്തിൽ, 'ഓർമ്മ'കളെ ഓർമ്മിക്കാനുള്ള അവസരമാക്കി ഇവിടെ ഉപയോഗിക്കുന്നു. മുറിച്ചു മാറ്റപ്പെടാൻ ഒരുക്കമില്ലാത്ത ഒരു പൊക്കിൾക്കൊടിബന്ധം, അണയാൻ കൂട്ടാക്കാത്ത ഒരു പ്രണയഭാവം, കീഴടങ്ങാതെ എതിരിട്ടു നില്ക്കുന്ന ഒരു അധഃസ്ഥിതവർഗ്ഗ വികാരം, തമസ്കരണം എന്ന ആരാച്ചാരെ തോല്പിക്കുന്ന ഒരു അതിജീവനവിദ്യ–കുഞ്ഞപ്പ പട്ടാന്നൂരിന്റെ കവിതാജീവിതത്തിൽ ഓർമ്മയുടെ ഭാഷണം ഉടലെടുക്കുന്നത് ബഹുരൂപങ്ങളിൽ. ബഹുസ്വരങ്ങളിലും. പട്ടാന്നൂരിന്റെ സർഗ്ഗാത്മകതയുടെ ജീവരേഖകളെ പിന്തുടർന്ന് നാം എത്തിച്ചേരുന്നത് ഒരാളുടെ ഒറ്റപ്പെട്ട ജീവിതത്തിലേക്കല്ല. നിശ്ചിതമായ ഒരു കാലത്തിലേക്കുമല്ല. വ്യത്യസ്ത ഭൂഖണ്ഡങ്ങളിൽ വ്യത്യസ്ത കാലങ്ങളിൽ വ്യത്യസ്തങ്ങളായ ഭാഷകളും പണിയായുധങ്ങളും ഉപയോഗിച്ച് ജീവിതസമരങ്ങളിലേർപ്പെടുന്ന വ്യത്യസ്ത ജനവർഗ്ഗങ്ങളുടെ അതിരുകളില്ലാത്ത സംവാദങ്ങളുടെ ലോകമാണ് പട്ടാന്നൂർ കവിതകളിലേത്. കവിയുമായുള്ള സംഭാഷണങ്ങൾ അവിടെ ചെന്നെത്താനുള്ള കുറുക്കുവഴി തേടലല്ല. കവിതാജീവിതത്തെ കണ്ടറിയാനും മനസ്സിലാക്കാനുമുള്ള പരിശ്രമങ്ങൾ മാത്രമാണ് ഈ സംഭാഷണങ്ങൾ.

മറവി– കുഞ്ഞപ്പ പട്ടാന്നൂരിന്റെ കവിതാലോകത്തിന്റെ മറുപുറമായി മറവിയെക്കാണാം. വെളിച്ചവും നിഴലുമെന്നതുപോലെ ഓർമ്മയും മറവിയും ഒരേ യാഥാർത്ഥ്യത്തിന്റെ വേർപെടുത്താൻ കഴിയാത്ത രണ്ടു പകുതികളാണെന്ന് ഇവിടെ തിരിച്ചറിയപ്പെടും. പട്ടാന്നൂരിന്റെ കവിതാലോകം എന്തുകൊണ്ട് എപ്പോഴും സംഘർഷാത്മകമാകുന്നു? സംവാദാത്മകമാകുന്നു? എന്നീ ചോദ്യങ്ങൾക്ക് അപ്പോൾ മാത്രമേ ഉത്തരം കണ്ടെത്താൻ കഴിയൂ. ദൈവം ഇറങ്ങിവരുന്നേടങ്ങളിലെല്ലാം ഇവിടെ ചെകുത്താന്റെ പിന്തുടരലുണ്ട്. ഓർമ്മയുടെ തിരയേറ്റവും മറവിയുടെ തിരസ്ക്കരണവും ഒരൊറ്റ യാഥാർത്ഥ്യത്തിന്റെ തുടർച്ചകളായാണ് സംഭവിക്കുന്നത്. സാമ്രാജ്യത്വ ആഗോളീകരണം മറവിയുടെ ഒഴിഞ്ഞ ക്യാൻവാസിനെയാണ് മഹത്തരമായി കൊണ്ടാടുന്നത്. സർഗ്ഗാത്മകവും വിപ്ലവാത്മകവുമായ എല്ലാ ഓർമ്മകളെയും സംവാദങ്ങളെയും പിറവിയിൽത്തന്നെ മായ്ച്ചുകളയാൻ

നവലിബറൽ മൂല്യബോധം സദാ സന്നദ്ധമായുണ്ട്. ഓർമ്മയുടെ ജീർണ്ണതകളെ വളമാക്കി മൃത്യുവിന്റെ കളകൾ തഴച്ചുവളരുന്നു. ഓർമ്മയും മറവിയും തമ്മിലുള്ള ദ്വന്ദ്വാത്മകബന്ധത്തിന് കവിതയിൽ വേദിയൊരുക്കപ്പെടുന്നു. നിലയ്ക്കാത്ത സംവാദങ്ങളാൽ മൗനം ഭേദിക്കപ്പെടുന്നു. ഒരിക്കലും ഇരമ്പലൊഴിയാത്ത ആഴിയെന്നപോലെ, ചുഴിയിലകപ്പെടുന്ന ഏവരേയും ഏറെ ഉലയ്ക്കുന്ന സംവാദമുഹൂർത്തങ്ങൾ പട്ടാന്നൂർ കവിതയിൽ സൃഷ്ടിക്കപ്പെടുന്നു. പാതയിൽ വാ പിളർന്നെത്തുന്ന ഗർത്തങ്ങളും ചോരയിൽ തീ കൊളുത്തുന്ന കൊള്ളിയാനും മനസ്സിന്റെ മലകളിൽ പെയ്തുപെയ്തെത്തുന്ന മേഘങ്ങളും നെഞ്ചിടം താണ്ടിക്കിതയ്ക്കുന്ന വേതാളവേഗങ്ങളും പതിയിരുന്നെത്തി പ്രാണന്റെ സിരകളിൽ കൊത്തുന്ന പാതകങ്ങളും കൊലവിളിച്ചെത്തി ഭൂമിയുടെ മാറിടം കീറിപ്പിളർക്കുന്ന കാളയാനും, അമറി വന്ന് സൂര്യന്റെ ഗോപുരം കീഴ്മേൽമറിക്കുന്ന ഭീകരനും, കവിതയിലെ 'ദുരിതവർത്തമാനങ്ങളിൽ' പങ്കാളികളാക്കപ്പെടുന്നു. കവിയുടെ 'ജീവിതവർത്തമാനങ്ങൾ', കവിതാ ജീവിതത്തിലേക്കുള്ള ഒരു പ്രവേശികയാകുന്നു. കാവ്യലോകത്തിന്റെ ഭൂമികയായും തുടർന്നുള്ള സംഭാഷണമുഹൂർത്തങ്ങളെ കാണാവുന്നതാണ്.

രണ്ട്

എം പി ബാലറാം:

ജീവിതത്തിന് വേണ്ടത് ജീവിതത്തിന്. കവിതയ്ക്ക് ആവശ്യമായത് കവിതയ്ക്കും. ജീവിതത്തേയും കവിതയേയും ഇത്തരത്തിൽ രണ്ടായി പകുക്കാൻ, വേർപെടുത്തിക്കാണാൻ കൂട്ടാക്കാത്ത കവിയാണ് കുഞ്ഞപ്പ പട്ടാന്നൂർ. 'ദുരിതവർത്തമാനങ്ങളെ' സ്വന്തം നെഞ്ചോട് ചേർക്കുന്ന ഒരു കവിതാജീവിതമാണ് കുഞ്ഞപ്പ പട്ടാന്നൂരിന്റേത്. അതിനാൽ ജീവിതത്തിൽ നിന്ന് ആരംഭിക്കുന്നത് കവിതയിലവസാനിക്കുന്നു. കവിതയിലാരംഭിക്കുന്നത്, ജീവിതത്തിലും. കലയുടെ കമ്പോളത്തിൽ ലാഭനഷ്ടങ്ങളുടെ കണക്കെടുപ്പ് പണത്തിന്റേയും പ്രചാരത്തിന്റേയും പ്രശസ്തിയുടേയും അടിസ്ഥാനത്തിൽ മാത്രമായിത്തീരുന്ന അവസ്ഥ ഇന്നുണ്ട്. ഈ സന്ദർഭത്തിൽ സ്വന്തം കവിതാജീവിതത്തിന്റെ ലാഭനഷ്ടങ്ങളെ സ്വയം വിലയിരുത്തുന്നത് എങ്ങനെയായിരിക്കും? കുഞ്ഞപ്പ പട്ടാന്നൂരിന്റെ കാവ്യജീവിതത്തിന്റെ മൂല്യം നിർണ്ണയിക്കപ്പെടുന്നത് എന്തടിസ്ഥാനത്തിലായിരിക്കും?

കുഞ്ഞപ്പ പട്ടാന്നൂർ:

ഞാനീ ഭൂമിയിൽ വന്നിട്ട് ഏഴുപതിറ്റാണ്ട് കഴിഞ്ഞിരിക്കുന്നു; കവിതയിൽ ജീവിക്കാൻ തുടങ്ങിയിട്ട് നാലരപ്പതിറ്റാണ്ടും. എന്നാൽ, ഒരാത്മകഥ എഴുതണമെന്ന് ഇന്നോളം തോന്നിയിട്ടില്ല. ഞാനെഴുതിയ കവിതകൾ കൂട്ടിവെച്ചാൽ, അതെന്റെ എഴുതപ്പെടാത്ത ആത്മകഥയിലെ ഏടുകളായി, അദ്ധ്യായങ്ങളായി വായിക്കാനാവും.

ഞാനിവിടെ പറഞ്ഞുവെക്കുന്നത് ഇത്രമാത്രം. വ്യക്തിജീവിതം വേറെ, കാവ്യജീവിതം വേറെ എന്ന വേർതിരിവ് എന്റെ സർഗ്ഗാത്മക ജീവിതത്തിൽ ഇല്ല.

കർഷകത്തൊഴിലാളികളായ അച്ഛനുമമ്മയ്ക്കും പിറന്ന മകനാണ് ഞാൻ. എന്നെ പെറ്റവർഗ്ഗത്തിൽനിന്നും ആ വർഗ്ഗത്തിന്റെ ഉറവകളിൽ നിന്നും ഉണ്മകളിൽനിന്നും ഉരുവം കൊണ്ടതാണ് എന്റെ കവിത.

പ്രാഥമികവിദ്യാലയം വിട്ടുപോകുമ്പോൾ, എനിക്ക് കിട്ടിയ വിടുതൽ സർട്ടിഫിക്കറ്റിൽ രക്ഷിതാവിന്റെ തൊഴിലെന്ത് എന്ന കോളത്തിൽ ഞാൻ വായിച്ചത് 'കൂലി' എന്ന വാക്ക്. സഹപാഠികളായ മറ്റു കുട്ടികളുടെ രക്ഷിതാവ് കോളത്തിൽ പൊലീസുകാരൻ, പട്ടാളക്കാരൻ, കച്ചവടക്കാരൻ, കൃഷിക്കാരൻ എന്നൊക്കെയുള്ളപ്പോൾ എന്റെ രക്ഷിതാവ് മാത്രം എന്തുകൊണ്ട് വെറും 'കൂലി' ആയി എന്നതിൽ വല്ലാത്ത അപകർഷം തോന്നിയിട്ടുണ്ട്. അന്നത്തെ ആ യു പി സ്കൂൾ വിദ്യാർത്ഥിയുടെ മനസ്സിൽ. അന്നത്തെ അപകർഷം പക്ഷേ, ക്രമേണ അരിശമായും അമർഷമായും മാറുകയായിരുന്നു.

ആ കുട്ടിമനസ്സിൽ ഉരുണ്ടു കൂടിയ അരിശവും അമർഷവും ഞാനെന്ന വ്യക്തിയുടെ വംശബോധത്തിന്റെ ആദ്യത്തെ കനലുകളായിരുന്നുവെന്ന് ഇന്ന് ഞാൻ തിരിച്ചറിയുന്നുണ്ട്.

(കർഷകത്തൊഴിലാളികളെ മൊത്തത്തിൽ 'കൂലിപ്പണിക്കാർ' എന്നു വിളിക്കുന്ന നാട്ടുനടപ്പായിരുന്നു എന്റെ ഗ്രാമത്തിൽ. കൂലിപ്പണിക്കാരൻ/ കൂലിപ്പണിക്കാരി എന്ന നാമപദത്തെ വെട്ടിച്ചുരുക്കി കേവലം 'കൂലി' എന്നാക്കി മാറ്റിയ പള്ളിക്കൂടം വാദ്ധ്യാരുടെ മദ്ധ്യവർഗ്ഗബോധത്തിന്റെ പക്ഷപാതവും എനിക്ക് തിരിച്ചറിയാനാവുന്നുണ്ട്.)

ആ വർഗ്ഗബോധത്തിന്റെ കനലുകൾ ഇപ്പോഴും എന്റെ ജീവിതത്തിന്റെ/കവിതയുടെ സിരകളിൽ ബാക്കിനില്ക്കുന്നു. അതുകൊണ്ടാണ്, ഇന്നത്തെ മലയാള കവിതയിൽ, മൊത്തം മലയാള സാഹിത്യത്തിൽ ആധിപത്യം പുലർത്തുന്ന വരേണ്യവർഗ്ഗ/മദ്ധ്യവർഗ്ഗഭാവുകത്വത്തോട് സന്ധിചെയ്യാനോ സമരസപ്പെടാനോ ഞാൻ വിസമ്മതിക്കുന്നത്. കീഴാള വർഗ്ഗ സാഹിത്യത്തെ തിരസ്കരിക്കുകയും തമസ്മരിക്കുകയും ചെയ്യുന്ന മേലാളവർഗ്ഗപക്ഷത്തിന്റെ കുരുട്ടുലക്ഷ്യങ്ങളെക്കുറിച്ച് ഞാൻ ബോധവാനാണ്. അതുകൊണ്ടുതന്നെ, അരികുവല്ക്കരിക്കപ്പെടുന്നവർക്ക് അനുവദിക്കപ്പെടുന്ന ഇത്തിരി ഇടം നിരാകരിച്ചുകൊണ്ട്, സാഹിത്യത്തിന്റെ കേന്ദ്രസ്ഥാനമാണ് എന്റെ കവിതയുടെ ഇടം എന്ന് ഞാൻ നിലപാടെടുക്കുന്നത്.

അധഃസ്ഥിതവർഗ്ഗത്തോട് നീതിപുലർത്തുകയാണ് എന്റെ കവിതയുടെ ധർമ്മം. അതിൽ ലജ്ജിക്കേണ്ടതായി എന്തെങ്കിലുമുണ്ടെന്ന് മറ്റ് പലരേയുംപോലെ ഈ ആഗോളീകരണ കാലത്തും എനിക്ക് തോന്നു

ന്നില്ല. മറിച്ച് എന്നെ ഞാനാക്കിയ വർഗ്ഗത്തേയും അതിന്റെ വർഗ്ഗബോധത്തെയും ഭാവുകത്വത്തെയുമെല്ലാം സ്വന്തം ആത്മസത്തയുടെ ഭാഗമായാണ് ഞാൻ കാണുന്നത്. വർഗ്ഗപരമായ ഓർമ്മയേയും ആഭിമുഖ്യത്തേയും തള്ളിപ്പറയാൻ കൂട്ടാക്കാത്തതിനാൽ ഒറ്റപ്പെടുത്തലുകളും ഒളിയമ്പുകളും ഏറ്റെടുക്കേണ്ടി വരുന്നുണ്ട്. ഓർമ്മയുടെ നഷ്ടം, മറവി, ഒരു വ്യക്തി നേരിടുന്ന മഹാദുരന്തമാണ്. സാമൂഹ്യമായ മറവി, വർഗ്ഗപരമായ ഓർമ്മയുടെ നഷ്ടം, ഒരു ജനവർഗ്ഗം നേരിടുന്ന വൻദുരന്തങ്ങളിലൊന്നാണ്. നമ്മുടെ കാലം മറവിയുടെ കാലമാണ്.

ഞാനെന്തിനെഴുതുന്നു? കവിതാജീവിതത്തിന്റെ ആരംഭത്തിൽത്തന്നെ ഈ ചോദ്യം എനിക്ക് നേരിടേണ്ടിവന്നിട്ടുണ്ട്. മറ്റുള്ളവരിൽനിന്ന് മാത്രമല്ല. എന്നിൽനിന്ന് തന്നെ. ഞാൻ സ്വയം ഈ ചോദ്യം ചോദിച്ചിട്ടുണ്ട്. അന്ന് പറഞ്ഞ ഉത്തരം തന്നെയാണ് ഇന്നും എന്റെ മറുപടി. 'കവിതയുടെ മാനിഫെസ്റ്റോ' പോലുള്ള രചനകളിൽ അത് ആവർത്തിച്ച് വിശദമാക്കിയിട്ടുണ്ട്. കാവ്യഭാഷയിൽ. ബിംബങ്ങളിൽ. എം എൻ കുറുപ്പ് അന്ന് ആവശ്യപ്പെട്ട് എഴുതിച്ചാണ് 'ഞാൻ എന്തിനെഴുതുന്നു?' എന്ന ചെറുലേഖനം. എന്നെ പെറ്റവർഗ്ഗത്തിനുവേണ്ടി ഞാനെഴുതുന്നു എന്ന് ഞാൻ പറയുന്നത് എന്നെ പാലൂട്ടി വളർത്തിയ സ്വന്തം വർഗ്ഗത്തോടുള്ള പ്രതിബദ്ധതയുടെ തുറന്ന പ്രഖ്യാപനമാണ്. ഞാനൊരു തൊഴിലാളി വർഗ്ഗപുത്രൻ എന്നത് എന്റെ കവിതയ്ക്ക് ഒരലങ്കാരവാചകമല്ല. കവിതയെ ആഴത്തിൽ സ്പർശിക്കുന്ന ജൈവിക യാഥാർത്ഥ്യമാണത്. ഞാനൊരു കർഷകത്തൊഴിലാളിക്ക് പിറന്ന മകൻ എന്നത് ഒരു ജൈവവികാരമായി എന്റെ കവിതയിൽ മിടിക്കുന്നത് ആരുടെയെങ്കിലും സമ്മതവും വിസമ്മതവും നോക്കാതെയാണ് എന്തെഴുതുമ്പോഴും എന്തിനെക്കുറിച്ചെഴുതുമ്പോഴും ഉള്ളിന്റെയുള്ളിൽനിന്ന് കവിതയുടെ മിടിപ്പായി അത് ആവർത്തിച്ചുകൊണ്ടേയിരിക്കും. കീഴാളവർഗ്ഗവും അവരുടെ കവിതയും മുഖ്യധാരയ്ക്ക് പുറത്താണെന്ന് ഇന്നും ധരിച്ചുവെച്ചവരുണ്ട്. ഞാനത് ഒരിക്കലും അംഗീകരിച്ചുകൊടുത്തിട്ടില്ല. ഞാനും എന്റെ കവിതയും മുഖ്യധാരയുടെ കേന്ദ്രസ്ഥാനത്താണ് എന്നുതന്നെ ഞാൻ വിചാരിക്കുന്നു. പാതാളലോകത്തിൽ ചവുട്ടിത്താഴ്ത്തി എന്റെ കവിതയെ ഇല്ലാതാക്കിയെന്ന് ആശ്വസിക്കുന്നവരുണ്ട്. പെരുവിരൽ ഛേദിക്കപ്പെട്ട ഏകലവ്യന്, ആചാര്യദ്രോണരോട് പറയാനുള്ളതെല്ലാം ഞാൻ എന്റെ കവിതകളിലൂടെ പറഞ്ഞു കഴിഞ്ഞിട്ടുണ്ട്. ഏകലവ്യനെ നിരായുധനാക്കാൻ ദ്രോണവർഗ്ഗത്തിന് കുടിലതന്ത്രങ്ങളിലൂടെ എന്നും കഴിയുകയില്ല. നഷ്ടപ്പെട്ട പെരുവിരൽ അധഃകൃതന്റെ അടയാളമാണ്. അതിനെ സ്വന്തം കൊടി അടയാളമാക്കി ഞാനും എന്റെ കവിതയും പോരാടുന്നവരുടെ മനസ്സുകളിൽ വീണ്ടും വീണ്ടും തിരിച്ചുവരും.

മൂന്ന്

എം പി ബാലറാം:

കുഞ്ഞപ്പ പട്ടാന്നൂരിന്റെ കവിതകളുടെ രാഷ്ട്രീയം എന്നും ഒരു പ്രശ്നവിഷയമാണ്. കവിതയിൽ പ്രകടമായ രാഷ്ട്രീയം ഒഴിവാക്കേണ്ടതാണെന്ന അഭിപ്രായം ഇടതുപക്ഷരാഷ്ട്രീയക്കാർപോലും വെച്ച് പുലർത്തുന്നതായി തോന്നുന്നുണ്ട്. സൂക്ഷ്മരാഷ്ട്രീയം x സ്ഥൂലരാഷ്ട്രീയം, പ്രത്യക്ഷരാഷ്ട്രീയം x പരോക്ഷരാഷ്ട്രീയം, പാർട്ടി രാഷ്ട്രീയം x പാർട്ടിരഹിത രാഷ്ട്രീയം എന്നീ വിപരീതങ്ങളെ, സാമ്രാജ്യത്വ ആഗോളീകരണം, സ്വന്തം താല്പര്യസംരക്ഷണത്തിന് വേണ്ടി നിർമ്മിച്ചെടുത്തിട്ടുണ്ട്. ഇവിടെയാണ് പട്ടാന്നൂരിന്റെ കവിതാജീവിതത്തിന്റെ രാഷ്ട്രീയമായ നൈരന്തര്യവും, പിളർക്കാൻ കഴിയാത്ത അടിയുറച്ച അസ്തിവാരവും പ്രശ്നവിഷയമായിത്തീരുന്നത്. വർഗ്ഗരാഷ്ട്രീയത്തെയും വർഗ്ഗഭാവുകത്വത്തെയും 'കീഴാളപക്ഷ' കവിതാവിമർശനത്തിനുപോലും ഇന്ന് ഉൾക്കൊള്ളാൻ കഴിയാത്തത് എന്തുകൊണ്ടാണ്? 'മദ്ധ്യവർഗ്ഗ'രാഷ്ട്രീയം, ഇടതുപക്ഷക്കാർക്ക് കൂടുതൽ സ്വീകാര്യമാകുന്ന വിചിത്രമായ അവസ്ഥയ്ക്ക് കാരണക്കാരാരാണ്?

കുഞ്ഞപ്പ പട്ടാന്നൂർ:

സ്ഥിരതയാണ് എന്റെ കവിതയുടെ ദോഷമെന്ന് ആക്ഷേപിക്കപ്പെട്ടിട്ടുണ്ട്. സ്ഥൈര്യത്തെ എന്റെ സ്വത്വത്തിന്റെ മായ്ക്കാൻ കഴിയാത്ത മുദ്രയായാണ് ഞാൻ കാണുന്നത്. അടിസ്ഥാനവർഗ്ഗവുമായുള്ള ആത്മൈക്യം ആർക്കിഷ്ടപ്പെട്ടാലുമില്ലെങ്കിലും, എന്റെ കവിതാജീവിതത്തിൽനിന്ന് പറിച്ചുമാറ്റാൻ കഴിയില്ല. ഞാൻ വിചാരിച്ചാൽപ്പോലും, എനിക്കതിന് കഴിയില്ല. ജന്മനായുള്ള മാർച്ചട്ടപോലെ, കവിതയുടെ അറുത്ത് മാറ്റാൻ കഴിയാത്ത ശരീരമാണത്. പടച്ചട്ടയായി, ഇതിനെ കാണാം. ഇത് ഒരു ഗുണമോ ദോഷമോ എന്ന് വായനയിൽ തിരിച്ചറിയപ്പെടട്ടെ.

മുമ്പ് എഴുതിയതിനെ തള്ളിപ്പറയുന്നവർക്കും ഉദാരമുതലാളിത്തത്തിന്റെ ഒഴുക്കിനനുകൂലമായി തുഴയുന്നവർക്കുമാണ് മഹത്വത്തിന്റെ പട്ടമണിയാൻ യോഗ്യതയുള്ളത്. ആശയപരമായ അവസരവാദവും ജാരസംസർഗ്ഗവും കവിത്വത്തിന്റെ ഗുണങ്ങളാണെന്ന് വിശ്വസിക്കാനും പറയാനും എന്നെ കിട്ടില്ല. പഴയ കുപ്പായങ്ങൾ മാറ്റുന്ന ലാഘവത്തോടെ കാഴ്ചപ്പാടും രാഷ്ട്രീയവും മാറ്റുന്നവരുടെ കൂടെ ഞാനുണ്ടാകില്ല. എന്റെ കവിതയുമുണ്ടാകില്ല. ഇടത്-വലത് കളങ്ങളിൽ മാറിമാറിക്കളിക്കാൻ തയ്യാറുള്ളവരെയാണ് ഇടത്-വലത് പക്ഷക്കാർപോലും പ്രിയങ്കരരായി കൊണ്ടാടുന്നത്. ചുരുങ്ങിയ പക്ഷം വരമ്പത്ത് മാറിനില്ക്കുകയെങ്കിലും വേണം. രാഷ്ട്രീയത്തിന്റെ പേരിൽ നേടാനുള്ളതെല്ലാം നേടുന്നു. പിന്നെ രാഷ്ട്രീയത്തെ തള്ളിപ്പറയുന്നു. അരാഷ്ട്രീയ കവിതയെക്കുറിച്ച് വാചാല

രാകുന്നു. ഇന്ന് സ്വീകാര്യത അത്തരക്കാർക്കാണ്.

കയ്യൂരും കാവുമ്പായിയും കൂത്തുപറമ്പും നന്ദിഗ്രാമും ജാഫ്നയും പലസ്തീനും ഒഞ്ചിയവും ഏറ്റവുമവസാനം കീഴാറ്റൂരും എന്റെ കവിതയ്ക്ക് വിഷയമായിട്ടുണ്ട്. അതിൽ സ്ഥിരതയുണ്ട്. വിട്ടുവീഴ്ചയില്ലായ്മയുണ്ട്. ഞാൻ വിശ്വസിക്കുന്ന ആശയപ്രമാണത്തിൽ വിള്ളലുകളില്ല. അത് consistent ആണ്. അടിയുറച്ചതും. അതിലൊരു തുടർച്ചയുണ്ട്. പലർക്കും ഇത് വിഷമങ്ങളുണ്ടാക്കുന്നുണ്ട്. കരുതിക്കൂട്ടി പ്രകോപനമുണ്ടാക്കുകയാണ് എന്റെ കവിതയെന്ന് അത്തരക്കാർ ആക്ഷേപിക്കുന്നു. എല്ലാവർക്കും സ്വീകാര്യമായതിനെക്കുറിച്ച് എഴുതാൻ ഞാൻ തയ്യാറില്ല. സ്വീകാര്യതയാണ് സാഹിത്യത്തിന്റെ മികവിന്റെ മാനദണ്ഡമെന്ന വിശ്വാസവും എനിക്കില്ല. കവിതയ്ക്കുവേണ്ടത് ജൈവികമായ അതിജീവനശേഷിയാണ്. അത് മുളയ്ക്കാനിടയാക്കിയ സ്വന്തം മണ്ണിനോടും, വെളിച്ചം പകരുന്ന ആകാശത്തിനോടും നീതി പുലർത്തണം. ജൈവസ്വഭാവമുള്ള കവിതയ്ക്ക് തോറ്റുകൊടുക്കാൻ കഴിയില്ല. പരമാർത്ഥങ്ങൾ എന്തെന്ന് ഭൂമിയോടും ആകാശത്തോടുമൊപ്പം കവിത എപ്പോഴും വിളിച്ച് പറയും. ഉറക്കെത്തന്നെ. ഒരിക്കൽപ്പോലും കീഴടങ്ങാൻ കൂട്ടാക്കില്ല.

ഒരു ആയുഷ്കാലം മുഴുവൻ കവിതയിൽ ഏർപ്പെട്ട് ജീവിച്ചയാൾക്ക്, പുരോഗമന– വിപ്ലവപക്ഷ കവിതകളുടെ രചനയിൽ വിട്ടുവീഴ്ച കൂടാതെ നിലകൊണ്ടയാൾക്ക്, പുരസ്കാര പരിവേഷങ്ങളുടെ സഹായം കൂടാതെ ഇന്നും കവിതയെഴുത്ത് തുടർന്നുകൊണ്ട് പോകാൻ കഴിയുന്നത്, മോശപ്പെട്ട കാര്യമായിതോന്നുന്നില്ല. ശരീരംകൊണ്ടും മനസ്സ് കൊണ്ടും പണിയെടുക്കുന്ന അധഃകൃത വർഗ്ഗത്തിന്റെ പക്ഷത്താണ് ഞാൻ. അങ്ങനെയുള്ളവരെ പുറമ്പോക്കിൽ പുറന്തള്ളാൻ ജനാധിപത്യബോധവും പ്രബുദ്ധതയും ആർജ്ജിച്ച ജനമനസ്സുകൾക്കാവില്ല. അതിനാൽ പുറമ്പോക്കിൽക്കഴിയുന്നവനോടുള്ള കപടമായ സഹതാപം എന്റെ കവിതകൾക്കാവശ്യമില്ല. ഞാൻ മുഖ്യധാരയിൽ കേന്ദ്രസ്ഥാനത്തുണ്ട് എന്നത് അവകാശവാദം മാത്രമല്ല അത് ഒരു യാഥാർത്ഥ്യമാണ്. ആര് സ്വീകരിച്ചാലും ഇല്ലെങ്കിലും. അധഃകൃതപക്ഷത്തിന്റെ ആത്മബലംകൊണ്ട് എനിക്ക് ഇത് പറയാൻ സാധിക്കുന്നു. അവരോടുള്ള ഐക്യദാർഢ്യം എന്റെ കവിതകളുടെ ആത്മവിശ്വാസത്തിന്റെ പ്രഭവസ്ഥാനമാണ്.

നാല്

എം പി ബാലറാം:

പട്ടാന്നൂർ കവിതകൾ ചില അടിസ്ഥാന ചോദനകളിലേക്ക് ആവർത്തിച്ച് തിരിച്ചുവരുന്നതായി തോന്നുന്നു. വിഷയം ഏതായാലും നിശ്ചിതമായ ചില സ്ഥിരഘടകങ്ങൾ അടിയൊഴുക്കായി അവയിൽ പ്രവർത്തിക്കുന്ന അനുഭവമുണ്ട്. പ്രണയം, അമ്മ, സൗഹൃദം, രക്തസാഹോദര്യം–

ഈ വൈകാരിക ബിംബങ്ങൾ പട്ടാന്നൂർക്കവിതകളിൽ ആദിരൂപങ്ങളായി നിലനില്ക്കുകയാണ്. ഒരിക്കലും മാറാൻ കൂട്ടാക്കാതെ. കവിതയുടെ സ്വാഭാവികമായ വളർച്ചയ്ക്കും വികാസത്തിനും ഈ ആദിബിംബങ്ങൾ തടസ്സം സൃഷ്ടിക്കുകയല്ലേ? സർഗ്ഗാത്മക സ്വാതന്ത്ര്യത്തിന് പലപ്പോഴും അവ ബാദ്ധ്യതകളാവുകയാണോ?

കുഞ്ഞപ്പ പട്ടാന്നൂർ:

കവിത ഒരു ജൈവയാഥാർത്ഥ്യമാണെന്ന് പറഞ്ഞതിന് അനുബന്ധമായി ചിലകാര്യങ്ങൾ കൂടി പറയാനുണ്ട്. എന്റെ കവിതയുടെ അടിസ്ഥാന മൂലകങ്ങളെക്കുറിച്ചാണ് പറയുന്നത്. എന്റെ കവിതയെക്കുറിച്ച് ഞാൻ തന്നെ പറയുന്നതിന് പരിമിതികളുമുണ്ട്. എങ്കിലും വീണ്ടുവിചാരങ്ങൾക്ക് ശേഷം, ചില കാര്യങ്ങൾ ഉറപ്പിച്ച് പറയാൻ കഴിയും. എന്റെ കവിതാജീവിതത്തെ ജീവിപ്പിക്കുന്നതും നിലനിർത്തുന്നതും മുന്നോട്ട് നയിക്കുന്നതും മൂന്ന് ഘടകങ്ങളാണ്. അടിസ്ഥാനമൂലകങ്ങളെന്ന്, ഞാൻ അവയെ വിളിക്കുന്നു.

(ഒന്ന്) അമ്മ: അമ്മയാണ് എന്റെ കവിതയുടെ ആദ്യത്തേയും അവസാനത്തേയും പ്രേരകശക്തി. കവിതയുടെ ആദ്യപ്രതിബദ്ധതയും അമ്മയോടാണ്. ഞാനറിയുന്ന സ്ത്രീത്വത്തിന്റെ ആദിമാതൃക അമ്മയുടേതാണ്. അമ്മയെ ഉറക്കെ വിളിച്ചും, വിളിക്കാതെയും ഞാൻ അമ്മ കവിതകൾ എഴുതിയിട്ടുണ്ട്. ഉറവവറ്റാത്ത ഊർജ്ജത്തിന്റെ ഉറവിടമാണ്, എനിക്ക് അമ്മ. സ്ത്രീത്വ പ്രതിരൂപമായി, പ്രണയിനീ സങ്കല്പത്തിന്റെ തുടർച്ചയായി ഞാൻ അമ്മയെ കാണുന്നു. അമ്മ കവിതകളെയും പ്രണയം കവിതകളെയുമെല്ലാം എന്റെ കവിതാജീവിതത്തിലെ രാഷ്ട്രീയാനുഭവങ്ങളായി കാണുന്നവനാണ് ഞാൻ. അടിയന്തരാവസ്ഥക്കാലത്തും അതിന് ശേഷവും എഴുതിയ പ്രണയകവിതകളുടെ വ്യത്യസ്തത തിരിച്ചറിയാൻ നമ്മുടെ പ്രണയവിശാരദർക്ക് എന്നെങ്കിലും കഴിയും എന്ന് എനിക്ക് വിശ്വാസമില്ല. രാഷ്ട്രീയമായ ആന്ധ്യം, പ്രണയത്തിന്റെ മൂല്യം നിർണ്ണയിക്കുന്നതിൽനിന്ന് പോലും അവരെ തടയുകയാണ്. സഹതപിക്കാനേ കഴിയൂ.

(രണ്ട്) സൗഹൃദം: സൗഹൃദത്തെക്കുറിച്ച് പറയാനൊരുങ്ങുമ്പോൾ പാബ്ലോ നെരൂദയുടെ ഒരു കവിത ഞാനിവിടെ ഓർത്തെടുക്കുകയാണ്. 'എന്റെ പാർട്ടിക്ക്' (to my party) എന്ന കവിതയിൽ നെരൂദ പറയുന്നു: 'അറിയപ്പെടാത്ത ആയിരം മനുഷ്യരുമായി നീ എനിക്ക് സാഹോദര്യം പങ്കു തന്നു.' കഴിഞ്ഞ നാലു പതിറ്റാണ്ടുകാലമായി പാർട്ടി ബന്ധമുള്ള, ഇപ്പോഴും ആ ബന്ധം തുടരുന്ന, എനിക്കും നെരൂദയെപ്പോലെ പറയാൻ സാധിച്ച കാലമുണ്ടായിരുന്നു. ഇന്നിപ്പോൾ കാലം മാറിയിരിക്കുന്നു. സാങ്കേതിക പദാവലി ഉപയോഗിച്ച് കാര്യം വിശദീകരിക്കുകയാണെങ്കിൽ

എന്റെ സൗഹൃദങ്ങളിൽ കുറെയെണ്ണം പൂർണ്ണമായും delete ചെയ്യപ്പെട്ടിരിക്കുന്നു. ചിലത് sim card മാറ്റപ്പെട്ടിരിക്കുന്നു, പലതും silent mode ൽ. എന്നാലിപ്പോഴും ഏതുപാതിരാനേരത്തും വിളിച്ചാൽ വിളികേൾക്കുകയും തിരിച്ചുവിളിക്കുകയും ചെയ്യാൻ പാകത്തിൽ Active ആയ സൗഹൃദങ്ങളും ബാക്കി നില്ക്കുന്നു. ഇപ്പോഴും ബാക്കി നില്ക്കുന്ന ഈ active ബന്ധങ്ങൾ എന്റെ ജീവിതത്തിന്റെ സമ്പന്നതയാകുന്നു. സൗഹൃദത്തിന്റെ കാര്യത്തിൽ ഞാനൊരിക്കലും ദരിദ്രനായിരുന്നിട്ടില്ല എന്നു ചുരുക്കിപ്പറയാം. അതുമാത്രമല്ല. ഈ ഇരുണ്ട കാലത്തും അറിയപ്പെടാത്ത ആകാശങ്ങളിൽനിന്നും സൗഹൃദത്തിന്റെ പുതുനക്ഷത്രങ്ങൾ എന്റെ കാവ്യജീവിതത്തിൽ ഉദിച്ചെത്തുന്നുണ്ട്. ഇത്രയൊക്കെയാണ് സൗഹൃദത്തെക്കുറിച്ചുള്ള എന്റെ ജീവിതവർത്തമാനങ്ങൾ. പോരേ?

(മൂന്ന്) രാഷ്ട്രീയം: രാഷ്ട്രീയം എന്റെ കവിതാജീവിതത്തിന്റെ ജീവവായുവാണ്. അമ്മയെയും പ്രണയത്തെയും സൗഹൃദത്തെയുമെല്ലാം, രാഷ്ട്രീയബന്ധം കൂടിയായാണ് ഞാൻ കാണുന്നത്. വ്യക്തിതലത്തിൽ മാത്രം കവിതയെ കാണാൻ ശീലിച്ചയാൾക്ക് രാഷ്ട്രീയം അസ്വീകാര്യമാകുന്നത് എന്റെ കുറ്റമല്ല. ഒന്നും ഒളിച്ചുവെക്കേണ്ട കാര്യം എനിക്കില്ല. എന്റെ സ്വത്വമാണ്. ഐഡന്റിറ്റിയാണ് എന്റെ കവിത. എന്റെ വേഷവും ഭാഷയുമെന്നപോലെ, കവിതയും എന്റെ ആകത്തുകയാണ്. കവിതാജീവിതത്തിൽ ജീവിക്കുന്നത് ഞാൻ തന്നെയാണ്. ഒരൊറ്റയാൾ. consistent ആയി.

രാഷ്ട്രീയത്തെക്കുറിച്ച് ഒരു കാര്യം കൂടി. ഒളിപ്പിച്ച്വെച്ച രാഷ്ട്രീയത്തെക്കുറിച്ച്. ഏറ്റവും ആപല്ക്കാരികൾ അത്തരക്കാരാണ്. ഭീരുക്കളും അവസരവാദികളുമാണ് സ്വന്തം രാഷ്ട്രീയത്തെക്കുറിച്ച് നേർക്കുനേർ പറയാതെ പൊട്ടൻ കളി കളിക്കുന്നത്. സാഹിത്യത്തിലെ അധികൃതവർഗ്ഗ പ്രതിനിധികളാണിവർ. ലോകത്തുള്ള എല്ലാ വിഷയവും ഇവർ കവിതയാക്കും. രാഷ്ട്രീയമൊഴിച്ച്. സൂര്യൻ, ഭൂമി, പ്രണയം, പുരാണം, പരിസ്ഥിതി, ആരും വായിക്കാൻ ഇഷ്ടപ്പെടുന്ന, എല്ലാവരും സ്വീകരിക്കുന്ന വിഷയങ്ങൾ. പഴയവ പുത്തൻ പദാവലിയിൽ പൊതിഞ്ഞ് കവിതയായി ചെലവഴിക്കും. നാം ജീവിക്കുന്ന കാലം മൂർത്തമായി ഒരിക്കലും വരില്ല. എതിർപ്പുകളെ മുൻകൂട്ടിക്കണ്ട്, ഒഴിഞ്ഞു മാറും. കഴിഞ്ഞ കാലങ്ങളെക്കുറിച്ച് ഏറെ പറയും. ഇന്നിനെക്കുറിച്ച് പറയുമ്പോഴും, ശപിക്കപ്പെട്ട രാഷ്ട്രീയം വരുന്നത് ബുദ്ധിപൂർവ്വം ഒഴിവാക്കും. ആസ്ഥാന കവിപ്പട്ടം ചാർത്താനും സാഹിത്യ മ്യൂസിയങ്ങളിൽ കാഴ്ചവസ്തുവാകാനുമുള്ള യോഗ്യത മാത്രമുള്ള ഇത്തരക്കാരെയാണ് ഏതൊരു ഭരണകൂടവും, മമ്മികളാക്കി പൂജിക്കുന്നത് –പൂജിക്കാൻ സ്വന്തം പ്രജകളെ നിർബ്ബന്ധിക്കുന്നത്.

അഞ്ച്

എം പി ബാലറാം:

നമ്മുടെ കാലം സർഗ്ഗാത്മകസ്വാതന്ത്ര്യത്തിന്റെ ഭ്രാന്തമായ നിഷേധത്തിന്റെ കാലമാണ്. സൃഷ്ടിപരമായ എന്തിനെയും അത് ഹനിക്കുന്നു. സമ്പൂർണ്ണ വിധേയത്വവും അടിമമനഃസ്ഥിതിയുമാണ്, ജനമനസ്സുകളിൽ അടിച്ചേല്പിക്കുന്നത്. ഓർമ്മയുടെ മൂല്യത്തെ തിരസ്കരിക്കുകയും, മറവിയാണ് അമൂല്യമെന്ന് ബോധവല്ക്കരിക്കുകയും ചെയ്യുന്നു. ഓർമ്മയോടും മറവിയോടുമുള്ള പട്ടാന്നൂർ കവിതയുടെ സമീപനം പ്രാധാനമാകുന്നത് ഈ സാഹചര്യത്തിലാണ്. അവ ഓർമ്മകളെ പരിചരിക്കുന്നത് എങ്ങനെയെന്ന ചോദ്യവും പ്രസക്തമായിത്തീരുന്നു. സർഗ്ഗാത്മകമായ ചിന്തകളെയും ഓർമ്മകളെയും നിരാകരിക്കുന്ന മനസ്സുകളെയാണ് ഫാസിസത്തിന്റെ വൈറസുകൾ എവിടെയും എളുപ്പത്തിൽ കീഴടക്കുന്നത്. ഓർമ്മയെ, ചരിത്രത്തെ, ഇന്ധനമാക്കി ഫാസിസത്തിനെതിരെ ഒരു പ്രതിരോധശക്തിയാകാൻ കവിതയ്ക്ക് കഴിയുമോ?

കുഞ്ഞപ്പ പട്ടാന്നൂർ:

ഓർമ്മയെ ഒരു ചരിത്രസഞ്ചാരമായാണ് ഞാൻ കാണുന്നത്. വർത്തമാനത്തിൽനിന്ന് ഭൂതകാലത്തിലേക്ക് പിന്തിരിയുന്നത് ഒട്ടും സ്വാഭാവികമായല്ല. അതിന് നിർബ്ബന്ധിക്കപ്പെടുകയാണ്. ഒരു തരം സേഫ്റ്റിവാൽവായാണ്, ഭൂതകാലത്തിലേക്കുള്ള പിന്മടക്കം എന്നിൽ പ്രവർത്തിക്കുന്നത്. ജീവിക്കുന്ന വർത്തമാനകാല സന്ദർഭത്തിൽ കെടുതികൾ പെരുകുമ്പോൾ സാദ്ധ്യമാകുന്നത് ഓർമ്മയിലേക്കുള്ള തിരിഞ്ഞുനോട്ടമാണ്. ഇതൊരു വീണ്ടു വിചാരമാണെന്നും പറയാം. മിക്കപ്പോഴും ഒരു വിമർശനമോ ആത്മവിമർശനമോ ആകാം. പോയകാലത്തിന്റെ അവസ്ഥയുമായും അന്നത്തെ കഥാപുരുഷന്മാരുമായും ഐക്യപ്പെടാൻ കവിതയ്ക്ക് ഇതിലൂടെ അവസരമുണ്ടാകുന്നുണ്ട്. സ്പാർട്ടക്കസ്, ഫിദെൽ കാസ്ട്രോ, യാസർ അറാഫത്ത്, ഇവരുമായി സാഹോദര്യം പങ്ക് വെക്കാൻ ഇതിലൂടെ സാധിക്കുന്നു. കവിതയ്ക്ക് ഓർമ്മ പ്രയോജനപ്പെടുന്നതങ്ങനെയാണ്. അവർ ജീവിച്ച് മരിച്ച അനുഭവ ജീവിതങ്ങളുമായും ഏർപ്പെട്ട പോരാട്ടങ്ങളുമായും നേരിട്ട ജയപരാജയങ്ങളുമായും ഐക്യപ്പെടാൻ ഓർമ്മ വേദിയാകുന്നു. 'ദുരിതവർത്തമാന'ത്തിൽനിന്ന് വിടുതി തേടുകയാണ് പ്രധാനം. അതിനാൽ ഭൂതകാലം എനിക്ക് ഒരതിജീവനത്തിന്റെ വഴിതുറക്കലാണ്: ഓർമ്മയിൽനിന്ന് ലഭിക്കുന്ന ഊർജ്ജം കവിതയിൽ കനലുകളായിത്തീരുകയാണ്. സാർവ്വദേശീയതാബോധമായി കത്തിപ്പടരുകയാണ്. കുട്ടിക്കാലത്ത് കവിതയെഴുത്ത് ആരംഭിച്ച കാലം തൊട്ട് സാർവ്വദേശീയതാബോധം ഒരു വിത്തായി സൂക്ഷ്മരൂപത്തിൽ എന്നിൽ മുളയ്ക്കാനിടയായിട്ടുണ്ട്. ദേശ

ങ്ങൾ, ഭാഷകൾ, സംസ്കാരങ്ങൾ, ജനതകൾ ഇവയുമായെല്ലാം ഐക്യപ്പെടാൻ കവിതാ ജീവിതത്തിൽ ആരംഭത്തിൽത്തന്നെ ഒരുമ്പെട്ടിട്ടുണ്ട്. ചരിത്രസംഭവങ്ങളുമായും ചരിത്രപുരുഷന്മാരുമായുള്ള (ചരിത്രസ്ത്രീകളുമായും) മാനസിക ഐക്യം അങ്ങനെ വളർന്നുവന്നതാണ്. 'യാസർ അറാഫത്തിന് ഒരു യാത്രാ മംഗളം' എന്ന കവിതയുടെ രചനയിലുണ്ടായ അനുഭവം ഓർമ്മയുണ്ട്. അറാഫത്ത് ജനങ്ങളോട് യാത്രപറയുന്ന സന്ദർഭം. വ്യക്തിപരമായി എന്നെയും വൈകാരികമായി ഉലച്ച ഒരു തീവ്ര മുഹൂർത്തമായി എനിക്ക് നേരിട്ട് അനുഭവപ്പെട്ടിട്ടുണ്ട്. അറാഫത്തിന് ജനമനസ്സുകളുമായുള്ള തീവ്രബന്ധം- Intimacy എന്റേത് കൂടിയായിരുന്നു എന്ന് ഇപ്പോൾ തോന്നിപ്പോകുന്നു. വ്യക്തിപരമായി എനിക്ക് നേരിട്ടനുഭവപ്പെട്ട തീവ്രമായ വൈകാരികബന്ധത്തിൽനിന്നാണ്, എന്റെ പലസ്തീൻ കവിതകൾ പലതും പിറന്നത്.

സാഹോദര്യം മുറിപ്പെടുമ്പോൾ, അത് വീണ്ടെടുക്കാൻ, മുറിവുണക്കാൻ ഓർമ്മയിലേക്ക് ഒരു സഞ്ചാരം ഒഴിവാക്കാനാവാത്തതാണ്. ഇത് ഒരതിജീവനപ്രശ്നമാകുന്നത് അങ്ങനെയാണ്. വ്യക്തിപരമായി എനിക്കും ഒപ്പം എന്റെ കവിതാജീവിതത്തിനും. അതിനാൽ ആരാണ് സ്പാർട്ടക്കസ് എന്ന ചോദ്യം ചരിത്രത്തിൽ മുഴങ്ങുന്നത് കേൾക്കാൻ ഇന്ന് ജീവിച്ചിരിക്കുന്ന ഒരു കവിക്ക് ബാദ്ധ്യതയുണ്ട്. അടിമവർഗ്ഗത്തെ ശിക്ഷയുടെ പാഠം പഠിപ്പിക്കാൻ മേലാളവർഗ്ഗത്തിന്റെ തലവൻ പണ്ട് ചോദിച്ച ചോദ്യമാണത്. അതിന് മറുപടിയായി, യഥാർത്ഥ സ്പാർട്ടക്കസിനെ ഒറ്റ് കൊടുക്കുകയില്ലെന്ന് ഉറക്കെപ്പറയുന്ന 'ഞാൻ' 'ഞാൻ സ്പാർട്ടക്കസ്' എന്ന ആയിരം അടിമകളുടെ ദൃഢസ്വരത്തിലുള്ള ഉത്തരം കേൾക്കേണ്ട ബാദ്ധ്യത എന്റെ കവിതയ്ക്കുണ്ടെന്ന് ഞാൻ വിശ്വസിക്കുന്നു. അടിമബോധത്തെ അട്ടിമറിക്കുന്ന സ്പാർട്ടക്കസ് കമ്യൂണിസ്റ്റ് ഐക്യദാർഢ്യത്തിന് മാതൃകയായി സങ്കല്പിക്കാൻ എനിക്ക് കഴിയും. ആ സാഹോദര്യസങ്കല്പമാണ് എന്നെക്കൊണ്ട് 'സ്പാർട്ടക്കസ്' എഴുതിച്ചത്. ഇന്ന് ഈ ആഗോളീകരണ സന്ദർഭത്തിൽ സാഹോദര്യത്തെ തള്ളിപ്പറയാനും സഹജീവികളെ ഒറ്റുകൊടുക്കാനും അടിമജീവിതത്തിലേക്ക് തിരികെപ്പോകാനും ഒരുങ്ങിപ്പുറപ്പെടുന്നവരിൽ ഞാനുണ്ടാവില്ല. അതിന് ഞാൻ തയ്യാറല്ല: എന്റെ കവിതാജീവിതത്തിൽ ഇന്നോളം ഞാൻ അതിന് തയ്യാറായിട്ടില്ല. സ്പാർട്ടക്കസിൽ എനിക്ക് കണ്ടെത്താൻ കഴിഞ്ഞത് സ്വാതന്ത്ര്യബോധത്തിന്റെ, കീഴാള ഐക്യബോധത്തിന്റെ ഊർജ്ജപ്രസരമാണ്. മയക്കോവ്സ്കിയെക്കുറിച്ച് എഴുതിയപ്പോഴും ഓർമ്മയുടെ ജ്വാലയെ കവിതയിൽ സന്നിവേശിപ്പിക്കാനുള്ള ശ്രമമാണ് നടത്തിയത്. ഓർമ്മയെ തിരസ്കരിക്കുമ്പോൾ കവിതയുടെ ഉറവയെയാണ് ഇല്ലാതാക്കുന്നത്. മറവി കവിതയുടെ മാത്രമല്ല, സംസ്കാരത്തിന്റെയും മരണമാണ്.

ആറ്

എം പി ബാലറാം:

അമ്മക്കവിതകളും സംഘമിത്രക്കവിതകളും ഓർമ്മയുടെ മഹാഖ്യാനങ്ങളായി വിലയിരുത്തപ്പെടാവുന്നതാണ്. അവയുടെ രചന പതിറ്റാണ്ടുകളിലൂടെ ഇപ്പോഴും തുടരുകയാണ്. ഇനിയും എഴുതപ്പെടാനിരിക്കുന്ന കവിതകൾ കൂടി ചേരുമ്പോൾ, അമ്മക്കവിതകളും, സംഘമിത്രക്കവിതകളും മറവിയെ ഞെട്ടിച്ചുണർത്തുന്ന സർഗ്ഗാത്മകബോധനങ്ങളായി തിരിച്ചറിയപ്പെടാൻ തടസ്സങ്ങളുണ്ടാകില്ല. ഒരർത്ഥത്തിൽ വിപുലമായ ക്യാൻവാസിലെഴുതിയ ആത്മകഥാഖ്യാനങ്ങൾ തന്നെയല്ലേ ഈ കവിതകൾ?

കുഞ്ഞപ്പ പട്ടാന്നൂർ:

അമ്മ എന്റെ കവിതാ ജീവിതത്തിൽ വേറിട്ട ഒരനുഭവമാണ്. പ്രതിരോധശേഷിയാണ് അമ്മയുടെ ഓർമ്മയെ വ്യത്യസ്തമായ അനുഭവമാക്കുന്നത്. സ്ത്രീജീവിതത്തിന് ഇത്രയും സാദ്ധ്യതകളോ? പ്രതിരോധവീര്യമെന്തെന്ന് ഞാൻ പഠിക്കുന്നത് അമ്മയിൽനിന്നാണ്. സർവ്വഭീഷണികളെയും നേരിട്ട് എല്ലാറ്റിനേയും അതിജീവിച്ച് മക്കളെ പോറ്റിവളർത്തുന്നവളാണ് എനിക്ക് എന്റെ അമ്മ. അമ്മ ഒട്ടും ദുർബ്ബലയല്ല. കവിതാജീവിതത്തിൽ അമ്മദൈവങ്ങളുമായി ഐക്യപ്പെടുന്നത് വളരെ സ്വാഭാവികമായാണ്. ദരിദ്രരുടെയും കാരുണ്യത്തിന്റെയും ദേവതയായ 'പുതിയോതി'യെ കുട്ടിക്കാലംതൊട്ട് എനിക്ക് പരിചയമുണ്ട്. രാത്രി കാലത്ത് കെട്ടിയാടുന്ന ഭഗവതി. അനുഗ്രഹം ചൊരിയാൻ ശേഷിയുള്ള ദേവത. ശത്രുനിഗ്രഹത്തിന് മടിക്കാത്തവൾ. അക്കാലത്തെ രാത്രി സ്വപ്നങ്ങളിൽ പലപ്പോഴും അമ്മദൈവം Dissolve ചെയ്യുന്നത് എന്റെ അമ്മയിലാണ്. പൊറുതികേടിൽനിന്നുള്ള രക്ഷയാണ് എന്റെ കാവ്യജീവിതത്തിൽ അമ്മ. 'ഇക്കൊടുംവർത്തമാനത്തിന് സാക്ഷിയായ് നില്ക്കുന്നൊരമ്മേ' എന്ന് കവിതയിൽ ഉപയോഗിക്കുന്ന സംബോധന ഒരലങ്കാരപ്രയോഗമല്ല. കവിതാജീവിതത്തിന്റെ പിറവിക്കും വളർച്ചയ്ക്കും തുടർച്ചയ്ക്കും കാരണമാകുന്ന ബഹുസ്വരതയാർന്ന ബഹുരൂപിയായ ഒരു സാന്നിദ്ധ്യമാണ് അമ്മ.

'സംഘമിത്ര വീണ്ടും' എന്ന കവിത പിറക്കുന്നത് 1987 ൽ. കലിംഗയുദ്ധത്തിന്റെ ഹിംസയിലും കെടുതികളിലും മനംമടുത്ത്, അഹിംസാമതമായ ബുദ്ധമതത്തിലേക്ക് മാനസാന്തരപ്പെട്ട സമ്രാട്ട് അശോകൻ പ്രിയപുത്രി സംഘമിത്രയെ ദേശാന്തരങ്ങളിലേക്ക് പറഞ്ഞയക്കുന്നതാണ് കാവ്യസന്ദർഭം. ചരിത്രത്തിൽനിന്ന് കടംകൊണ്ടത് ഇത് മാത്രം. പിന്നീടങ്ങോട്ട് ഭാവനയും പുരാവൃത്തവും ചരിത്രവും എല്ലാം ചേർന്ന് പുതിയൊരു കാവ്യസൃഷ്ടി സംഭവിക്കുകയായിരുന്നു. കവിതയിലെ സംഘമിത്ര ചരിത്രത്തിലൂടെ സഞ്ചരിക്കുന്ന സംഘബോധത്തിന്റെ മിത്രമാണ്.

ഭൂതകാലത്തിൽനിന്ന് വർത്തമാനത്തിലേക്കും ഭാവിയിലേക്കും ഒരേ സമയം സഞ്ചരിക്കാൻ ശേഷിയുള്ള ഈ സംഘമിത്ര കവിയുടെ അപര ജന്മമായി വളരുകയായിരുന്നു. പിന്നീടങ്ങോട്ട് കവിക്ക് സംഘമിത്രയിൽ നിന്നോ സംഘമിത്രയ്ക്ക് കവിയിൽനിന്നോ വിടുതി സാദ്ധ്യമായിട്ടില്ല. ജീവിതത്തിന്റെ സന്ദിഗ്ദ്ധ സന്ദർഭങ്ങളിൽ ഉൽക്കണ്ഠകളും സങ്കടങ്ങളും വേവലാതികളും എല്ലാം വിസ്തരിക്കുവാൻ വിളിച്ചാൽ വിളിപ്പുറത്ത് എന്നോണം സംഘമിത്രയുണ്ടാവും. സ്നേഹത്തിന്റെ സാഹോദര്യത്തിന്റെ സംഘബോധത്തിന്റെ ഏറ്റവും Intimate ആയ വികാരവിചാരങ്ങൾ പരസ്പരം പങ്കുവെക്കാൻ മിത്രമായി എപ്പോഴും സംഘമിത്രയുടെ സാന്നിദ്ധ്യം ഉറപ്പാണ്. അങ്ങനെയാണ് സംഘമിത്രക്കവിതകൾ ഒരു കവിതാ പരമ്പരയായി മാറുന്നത്.

'തേജസ്വിനീ നീ സാക്ഷി' എന്ന കവിതയിലെ ഒരു സന്ദർഭം എനിക്കിപ്പോൾ ഓർമ്മിപ്പിക്കേണ്ടിവരുന്നു. കവിതയിൽ രക്തസാക്ഷികൾ ഇങ്ങനെ പാടുന്നു:

"നാളെ വീണ്ടും വിഭാതങ്ങളെത്തവേ
നാളെ വീണ്ടും വിഹംഗമം പാടവേ
നിങ്ങളോർക്കണം ഞങ്ങളീ ഭൂമിയിൽ
പൂമരങ്ങൾക്ക് കാവൽ കിടന്നവർ"

ഇതേത്തുടർന്ന് രക്തസാക്ഷിത്വത്തിന്റെ മൂല്യമെന്തെന്ന് കവി ഓർമ്മിപ്പിക്കുന്നുണ്ട്. കവി പാടുന്നു:

"നിങ്ങൾ വീണവർ, വീഴുന്ന നേരവും
നെഞ്ചിടിപ്പിൽ കൊടിമരം പേറിയോർ
നിങ്ങൾ വീണവർ വീഴുന്ന നേരവും
ചക്രവാളങ്ങൾ ചുംബിച്ചു നിന്നവർ
നിങ്ങൾ വീണവർ വീഴുന്നനേരവും
സങ്കടങ്ങളെ തോറ്റമാടിച്ചവർ"

രക്തസാക്ഷിത്വം ഓർമ്മിക്കപ്പെടുമെന്ന് ഉറപ്പില്ലാത്ത കാലഘട്ടത്തിൽ, കവിയുടെ ആവർത്തിച്ചുള്ള ഉദ്ബോധനം ഏറെ അർത്ഥവർത്തായിത്തീരുന്നു. ഓർക്കുമെന്ന് തീർച്ചയുള്ളവരോട്, ഓർക്കാൻ ആവശ്യപ്പെടേണ്ടതില്ല. ഓർക്കാത്തവർക്കുള്ള മുന്നറിയിപ്പായി രക്തസാക്ഷികളുടെ വാക്കുകളെ കാണാൻ ഇന്നത്തെ അലസമായ അരാഷ്ട്രീയ വായനകൊണ്ട് സാധിക്കുമോ? രക്തസാക്ഷിക്കവിതകളൊക്കെയും, കുഴിച്ചു മൂടപ്പെട്ടവരുടെ അശരീരികളാണ്. കാതുള്ളവർക്ക് അത് കേൾക്കാം. അതിന്റെ സന്ദേശം തിരിച്ചറിയുകയും ചെയ്യാം. രക്തസാക്ഷിത്വത്തെ ചരമവാർഷികാചാരമായി കൊണ്ടാടുകയല്ല, ഗൗരവപൂർവ്വം രചിക്കപ്പെട്ട രക്ത

സാക്ഷിക്കവിതകളുടെ ദൗത്യം.

മുമ്പെഴുതിയ ഒരു വിപ്ലവഗാനത്തിൽനിന്നുള്ള വരികളും, ഇവിടെ ഓർമ്മിപ്പിക്കുന്നു. 'ചേറിൽ ചെളിയിൽ പിറന്നു വളർന്നവർ ഇന്ന് ചേരിമറന്ന് കളിക്കുന്നതിനെ'ക്കുറിച്ച്, അതിൽ മുന്നറിയിപ്പ് നല്കുന്നുണ്ട്. ഇത് ഒരു പ്രവചനമാണോ? എനിക്കറിയില്ല. ഇന്ന് നാം എത്തിച്ചേർന്ന യാഥാർത്ഥ്യം, അന്നെഴുതിയ വരികളെ ക്രൂരമായി ഓർമ്മിപ്പിക്കുന്നുണ്ട്.

ഏഴ്

എം പി ബാലറാം:

ഓർമ്മയുടെ നഷ്ടം, കമ്യൂണിസ്റ്റ് മൂല്യ സങ്കല്പത്തിനുണ്ടാക്കിയ അപചയത്തെ, നിർവ്വികാരമായി നോക്കിക്കാണാൻ എങ്ങനെ കഴിയും? സാഹോദര്യവും ഐക്യദാർഢ്യവും പിളർക്കപ്പെടുന്ന അവസ്ഥ ന്യായീകരിക്കപ്പെടുന്നത് എങ്ങനെ?

കുഞ്ഞപ്പ പട്ടാന്നൂർ:

സാഹോദര്യബോധത്തിന്റെ നഷ്ടം കമ്യൂണിസ്റ്റ് മൂല്യസങ്കല്പത്തിന്റെ അപചയത്തെ വിളിച്ചറിയിക്കുന്നുണ്ട്. ജാതി- മത- വംശ-ലിംഗ ഭേദത്തിനതീതമായാണ് മുമ്പ് comrade എന്ന് ഒരാൾ വിശേഷിപ്പിക്കപ്പെട്ടിരിക്കുന്നത്. 'സഖാവേ' എന്ന വിളി ശത്രുക്കൾ പരിഹസിക്കാൻ ഉപയോഗിക്കുന്ന വാക്കായി മാറിപ്പോയിരിക്കുന്നുവോ? എന്തുകൊണ്ടാണിത്?. പ്രസ്ഥാനത്തിനകത്തുള്ളവർതന്നെ ആ വാക്കിന്റെ വൈകാരികമൂല്യം തിരിച്ചറിയാതെ യാന്ത്രികമായും ചിലപ്പോഴെങ്കിലും പരിഹാസദ്ധ്വനിയോടെയും അതുപയോഗിക്കാൻ തുടങ്ങിയിരിക്കുന്നു. ഒരു വാക്കിൽ, ഒരു വിളിയിൽ, എന്ത് കാര്യം എന്ന് ചോദിക്കാം. തുല്യതാബോധത്തിന്റെയും ഐക്യദാർഢ്യത്തിന്റെയും തുറന്ന പ്രകടനം, ആ ഒറ്റവാക്കിലുണ്ട് എന്നാണുത്തരം. പകരം വെക്കാൻ നമുക്കിന്ന് 'Big brother' സങ്കല്പമാണുള്ളത്. സമന്മാരായി, സഹോദരന്മാരായി, സഖാക്കളായി, പരസ്പരം കണ്ടവർക്കിടയിൽ അധികൃതരും അധഃകൃതരും ഉണ്ടായിത്തുടങ്ങിയിരിക്കുന്നു. 'ഞാൻ' 'ഞാൻ സ്പാർട്ടക്കസ്' എന്ന് അന്യനെ പ്രതിരോധിക്കാൻ സ്വന്തം കഴുത്ത് കാട്ടിയ സ്പാർട്ടക്കസിന്റെ പിൻമുറക്കാർ, 'ഞാനല്ല' 'ഞാനല്ല സ്പാർട്ടക്കസ്' എന്ന് ഒരേ ശബ്ദത്തിൽ വിളിച്ച് പറയുന്നകാലമായിരിക്കുന്നു. അടിമ മനഃസ്ഥിതിയും ഭീരുത്വവും സുഖലോലുപതയും ഏതൊരാളെയും ജന്തുത്വത്തിൽനിന്ന് ഒട്ടും വ്യത്യസ്തനാക്കുന്നില്ല. 'ഓ, സഖാവേ' എന്ന് കൂട്ടുകാരനെ വിളിക്കാനും കവിതയിൽ അതുപയോഗിക്കാനും പറ്റാത്ത വിധത്തിൽ, വാക്കിന് അർത്ഥച്യുതിവന്ന് പെട്ടിരിക്കുന്നു. പകരം അകൽച്ചയേയും താഴ്മയേയും വിളിച്ചറിയിക്കുന്ന ഒരു 'വല്ല്യേട്ടൻ സങ്കല്പം' നമ്മെ ഭരിക്കാൻ തുടങ്ങിയിരിക്കുന്നു.

കവിത ഒരു ജൈവയാഥാർത്ഥ്യമാണ്. Poetry is a biological entity. എന്നാൽ മലയാളത്തിൽ ഇത് മൃതകവിതയുടെ കാലമാണ് Dead poetry യുടേത്. കവിതയുടെ മൃതശരീരങ്ങളാണ് ഇന്ന് പരക്കെ കൊണ്ടാടപ്പെടുന്നത്. ഭാഷയിൽ, ഭാവുകത്വത്തിൽ, വിഷയത്തിൽ എവിടെയും മൃതശരീരങ്ങളാണ്. ഓർമ്മയുടെ ശവശരീരങ്ങൾ. ഇന്നലെകളുടെ പ്രേതങ്ങൾ, പട്ടുവസ്ത്രങ്ങൾ ഉടുപ്പിച്ച് മൃതശരീരങ്ങളെ ഘോഷയാത്രയായി എഴുന്നള്ളിക്കുന്നു. സ്വന്തം ജീർണ്ണതയുടെ പ്രകടനമാണ്, പ്രശസ്തരെന്ന് നടിക്കുന്നവരുടെപോലും രചനകൾ. കഥയിലും മൃതകഥകൾക്ക് ക്ഷാമമില്ല. ചരിത്രബോധം നഷ്ടമായ ഒരു സംസ്കാരത്തിന് മാത്രമേ മൃതരചനകളെ കൊണ്ടാടാൻ കഴിയുകയുള്ളൂ. മൃതസാഹിത്യത്തിന്റെ ഘോഷയാത്രയാണ് സമകാലിക മലയാളസാഹിത്യം.

എട്ട്

എം പി ബാലറാം:

ലളിതമായ ഒരു ചോദ്യം: കവിത നമുക്കെന്താണ്? ഇന്ത്യയെപ്പോലെ ഇന്നും ദാരിദ്ര്യാവസ്ഥയിൽ ജീവിതം തള്ളിനീക്കുന്ന ജനസമൂഹങ്ങൾക്ക് കവിത എന്താണ്? ആർഭാടങ്ങളൊന്നും കൂടാതെ, അടിത്തട്ടിൽ ജീവിതത്തിന്റെ ഞെരുക്കങ്ങൾ നേരിട്ട് അനുഭവിച്ച്, രോഗാവസ്ഥകളോടും ദാരിദ്ര്യത്തിന്റെ കെടുതികളോടും എതിരിട്ട് മരണത്തെ ജയിക്കാൻ പാടുപെടുന്ന നമ്മുടെ സഹജീവികൾക്ക്, കവിത എന്താണ്? സമകാലിക കവിതയെക്കുറിച്ച് കവിതയിലൂടെ തന്നെ കുഞ്ഞപ്പ പട്ടാന്നൂർ ഏറെ എഴുതിയിട്ടുണ്ട്. കഴിഞ്ഞ അഞ്ചു പതിറ്റാണ്ടുകളുടെ കാവ്യാനുഭവങ്ങളെ മുൻനിർത്തി ഇന്ന് വീണ്ടും ഈ ചോദ്യം ഉയർത്തുന്നു: കവിത കുഞ്ഞപ്പ പട്ടാന്നൂർ എന്ന കവിക്ക് എന്താണ്? നമ്മുടെ കാലത്തിന്, അതിൽ ജീവിക്കുന്ന മനുഷ്യർക്ക് കവിത നല്കുന്ന സന്ദേശം എന്താണ്?

കുഞ്ഞപ്പ പട്ടാന്നൂർ:

കവിത എനിക്കെന്താണ്? ആദ്യം പറഞ്ഞതുതന്നെ ഒരിക്കൽ കൂടി ഞാനാവർത്തിക്കട്ടെ. ഞാൻ വേറെ കവിത വേറെ എന്ന് എനിക്ക് ഒരിക്കലും തോന്നിയിട്ടില്ല. എന്റെ തന്നെ ഭാഗമോ ആകത്തുകയോ ആണത്. കുഞ്ഞപ്പ പട്ടാന്നൂർ എന്ന കവി ഒരു ആക്റ്റിവിസ്റ്റ് കൂടിയായിരുന്നിട്ടുണ്ട് ജീവിതത്തിൽ. ഞാൻ എന്ന ആക്റ്റിവിസ്റ്റിൽനിന്ന് വേർപെട്ട് ഉണ്ടാകുന്നതല്ല എന്റെ കവിത. എന്റെ ആക്റ്റിവിസത്തിന്റെ ഭാഗമാണത്. കവിതയെ എന്റെ ദൗത്യമായി ഞാൻ കാണുന്നു. സാമൂഹ്യമോ രാഷ്ട്രീയമോ ആയ ദൗത്യമായിട്ട്. ഇത് ഇന്ന് ഉറപ്പിച്ച് പറയേണ്ടതുണ്ട്. കവിതയെക്കുറിച്ച് കവിതയിലൂടെയും നിരന്തരം എഴുതുന്ന ഒരു കവിയാണ് ഞാൻ. ഇതെന്റെ ദൗത്യത്തിന്റെ ഭാഗമാണെന്ന് ഞാൻ കരുതുന്നു. മറ്റുള്ളവരുടെ

കവിതയെ സ്വന്തം കവിതയ്ക്ക് വിഷയമാക്കേണ്ടിവരുന്നത് ഒട്ടും സുഖകരമായ കാര്യമല്ല. അത് ഉറ്റ സുഹൃത്തുക്കളെപ്പോലും ശത്രുക്കളാക്കും. എങ്കിലും പറയാനുള്ളത് പറയാതിരിക്കാൻ കഴിയില്ല. കവി ദൗത്യത്തെക്കുറിച്ച്, എനിക്ക് നിശിതമായ ധാരണകളുണ്ട്. എന്റെ കവിത, ജീവിതത്തിലെ ആക്റ്റിവിസത്തിന്റെ ഭാഗമായാണ് ഉണ്ടാകുന്നത്. നേരിട്ടനുഭവിച്ചതോ, അറിയാൻ ഇടയായതോ ആയവയെക്കുറിച്ചാണ് അതാത് കാലത്ത് ഞാനെഴുതിയത്. എന്റെ കവിത വായിക്കുന്ന ആൾ, അതിനെ പരിഗണിക്കാൻ തയ്യാറാകുന്ന വായനക്കാരൻ കവിതയ്ക്ക് പുറത്തുള്ള എന്റെ ജീവിതത്തെക്കുറിച്ച് കൂടി മനസ്സിലാക്കിയാൽ നല്ലത്. ആക്റ്റിവിസത്തിന്റേയോ കമ്യൂണിസ്റ്റ് ബന്ധത്തിന്റേയോ പരിഗണന ലഭിക്കണമെന്നല്ല പറയുന്നത്. കവിതയെ മനസ്സിലാക്കാൻ, കവിതയ്ക്ക് പുറത്തുള്ള കാര്യങ്ങൾ പ്രയോജനപ്പെടും എന്ന് മാത്രമാണ്. അങ്ങനെയല്ലാതെ, കവിത വായിക്കുന്ന വായനക്കാരന് മറ്റ് കവികളെക്കുറിച്ച് ഞാനെഴുതിയതിന്റെ അർത്ഥം മനസ്സിലാക്കാൻ കഴിയണമെന്നില്ല. കവിത എനിക്ക് ഒരു നിശ്ചിത കർമ്മപദ്ധതിയുടെ ഭാഗമാണ് എന്ന സത്യം അയാളറിയണമെന്നില്ല. സമകാലിക കവിതയിൽ എന്നെ അരിശപ്പെടുത്തുന്നതെന്താണെന്ന്, തിരിച്ചറിയാൻ അയാൾക്കൊരിക്കലും കഴിയാതെപോകുന്നു.

ഞാൻ രക്തസാക്ഷി കവിതകളുൾപ്പെടെയുള്ള രാഷ്ട്രീയ കവിതകളും വിപ്ലവഗാനങ്ങളും എഴുതിയത് അധികാര രാഷ്ട്രീയത്തെയോ ഭരണകൂടത്തേയോ പിന്തുണയ്ക്കാനല്ല. ആരെയും പ്രീണിപ്പിക്കാനുമല്ല–നിളയെക്കുറിച്ചും നർമ്മദയെക്കുറിച്ചും വയലുകളെക്കുറിച്ചും മഴയെക്കുറിച്ചും എഴുതിയിട്ടുണ്ട്. ആരെ സന്തോഷിപ്പിക്കാനാണത്? മലയാള കവിതയ്ക്ക് ചരിത്രപരമായി പ്രതിബദ്ധതയുടെയും പോരാട്ട ദൗത്യങ്ങളുടെയും ദീർഘ പാരമ്പര്യമുണ്ട്. എഴുത്തച്ഛന്റെയും നമ്പ്യാരുടെയും ആശാന്റെയും വള്ളത്തോളിന്റെയും വൈലോപ്പിള്ളിയുടെയും കാലം പിന്നിട്ടവരാണ് നാം. കവി ഇവിടെ എപ്പോഴാണ് നിശ്ശബ്ദതയിലേക്ക് പിന്തിരിഞ്ഞിട്ടുള്ളത്? മൗനമാണെല്ലാം എന്ന് ഇന്നെഴുതാൻ തുടങ്ങുന്നവർ പോലും വിശ്വസിക്കാനും പറയാനും ഇടയായിരിക്കുന്നു. കവിത പിന്നിട്ട സമീപകാല ചരിത്രം പോലും ആരും ഓർക്കാതായിരിക്കുന്നു. പി ഭാസ്കരൻ, വയലാർ, ഒ എൻ വി കാലഘട്ടത്തെപ്പോലും ഓർക്കുന്നത് സിനിമാ ഗാനങ്ങളുടെ മേൽവിലാസത്തിലാണെന്ന് വരുന്നു. ഗൗരവപൂർവ്വമായ ഒരു പരിഗണന പോലും കവിതയെക്കുറിച്ചുണ്ടാകാത്തത് നമ്മെ അത്ഭുതപ്പെടുത്തുന്നുണ്ട്. ചെറുകാടും കെടാമംഗലവും കെ പി ജി യും കെ പി ബി പാട്യവുമെഴുതിയ വിപ്ലവകവിതകളെക്കുറിച്ച് 'വിപ്ലവ' പക്ഷത്തുള്ളവർക്ക് പോലും എന്തറിയാം? എഴാച്ചേരി രാമചന്ദ്രൻ, എം കൃഷ്ണൻ കുട്ടിയുമടക്കമുള്ളവർ ഒരു കാലത്ത് അക്ഷരങ്ങളെ അഗ്നിജ്വാലകളാക്കിയത് ഇന്ന് എത്രപേർ ഓർമ്മിക്കുന്നു? മലയാള കവിതയിലെ ചുവന്ന ദശകങ്ങളെക്കുറിച്ച് പറയുന്നത് ഒരു പോരായ്മയാണെന്ന് പുരോഗമനപ്രസ്ഥാനത്തിന്റെ പക്ഷത്തുള്ളവർ പോലും കരുതുന്നു. ആധുനികതാപ്രസ്ഥാ

നത്തെക്കുറിച്ചും ഉത്തരാധുനികതയെക്കുറിച്ചും പറയുന്നതാണ് മാന്യത. ബോധപൂർവ്വമായ തമസ്കരണത്തിലൂടെ സൃഷ്ടിച്ചെടുത്ത ഒരു ശൂന്യതയുണ്ട്. ഈ ശൂന്യതയിലാണ് 'പുതു കവിതാ' ജനുസ്സുകൾ വിത്തിറക്കുന്നത്. അത്യന്തം ലാഘവമാർന്ന അലസമായ ഒരു ശൂന്യാവസ്ഥയിൽ മാത്രം മുളപ്പിച്ചെടുക്കാൻ കഴിയുന്ന ഒറ്റവിള കൃഷിയാണിത്. ഒഴുകുന്ന പുഴയ്ക്ക് പകരം കെട്ടിക്കിടന്നഴുകുന്ന ജീർണ്ണതകളാണ് ഇതിന് പഥ്യം. കവിത കവിതയെത്തന്നെ നിസ്സാരവല്ക്കരിക്കുന്നു. 'പുതുകവിത'യിൽ 'പ്രതിബദ്ധത' ഒരു Non issue ആണ്. സാദ്ധ്യമാകുന്നിടത്തോളം ചരിത്രത്തേയും രാഷ്ട്രീയത്തേയുംകുറിച്ച് അജ്ഞരായിരിക്കണം. സാമൂഹികതയും ശാസ്ത്രപരതയും തൊട്ടുതീണ്ടാത്തതാകണം. നിരക്ഷരത്വം, പുതുകവിതയുടെ വളർച്ചയ്ക്കുതകുന്ന മൂലധനമാണ്. വാക്കുകൾ കളിക്കോപ്പുകളായാണ് എടുത്തുപ്രയോഗിക്കുന്നത്. കവിതയെ അത്യന്തം ഗൗരവത്തോടെ സമീപിക്കുന്ന ഞാനടക്കമുള്ള പ്രതിജ്ഞാബദ്ധ തലമുറയെ ഇത് അസ്വസ്ഥമാക്കുന്നുണ്ട്. കവിത കവിതയുടെ തന്നെ കുറ്റവിചാരണയാക്കി മാറ്റാൻ, ഞാൻ നിർബ്ബന്ധിക്കപ്പെടുന്ന സാഹചര്യമിതാണ്: സമകാലിക കവിത വായിക്കുമ്പോൾ, റിപ്പബ്ലിക്ക് ദിന കവിയരങ്ങ് ആകാശവാണിയിൽ കേട്ടപ്പോൾ, ഇരയായി മാറിപ്പോയ നിന്നെപ്പറ്റി, സഹമനസ്സുകളോടു സംവദിക്കുന്നത്.... എന്റെ കവിതക്കവിതകളുടെ പട്ടികയ്ക്ക് ദൈർഘ്യം കൂടും. കവിതയോടുള്ള എന്റെ സമീപനം, കവിതയുടെ രാഷ്ട്രീയം, കവിതയുടെ ചരിത്രം, കവിതയുടെ മൂല്യബോധം, ഇവയെക്കുറിച്ചെല്ലാം കഴിഞ്ഞ മൂന്ന് നാല് ദശകങ്ങളിൽ എനിക്ക് പറയാനുള്ളത് കവിതകളിലൂടെ തന്നെ ഞാൻ പറഞ്ഞു കഴിഞ്ഞിട്ടുണ്ടെന്നാണ് എന്റെ വിശ്വാസം.

ഒമ്പത്

'ആരുകൊന്നെന്റെ നേരിന്റെ പാട്ടുകൾ'

"പോർനിലപ്പെരുമയുടെ
ഒരാൾ രൂപം
വിപ്ലവജീവിതത്തിന്റെ
വിശുദ്ധ വചനം
ചരിത്രത്തിന്റെ
ഒരേകാക്ഷരം"

(ചരിത്രത്തിന്റെ ഏകാക്ഷരം)

ചരിത്രത്തിന്റെ ഏകാക്ഷരമായി 'മുഖ്യധാരാ' പാരമ്പര്യത്തിന്റെ പിൻബലമില്ലാതെ പട്ടാന്നൂർ കവിത തനിയേ നിലനില്ക്കുന്നു. മുൻമാതൃകകളൊന്നുമില്ലാതെയാണ് കവിതാജീവിതം നിലവിൽവന്നതും ഇത്രയും കാലം വ്യാപരിച്ചതും. തമസ്കരണത്തിനുള്ള ഭൗതികപശ്ചാത്തലമെല്ലാം

ബോധപൂർവ്വം ഇവിടെ ഒരുക്കപ്പെട്ടുക്കഴിഞ്ഞെന്നാണ് മനസ്സിലാക്കാൻ കഴിയുന്നത്. ചരിത്രത്തിൽ ഇല്ലാതാക്കപ്പെടേണ്ട കവികളുടെ പട്ടികയിൽ ഒരു പേരുകാരൻ മാത്രമാണ് പലർക്കും ഇന്ന് കുഞ്ഞപ്പ പട്ടാന്നൂർ. നാം തിരിച്ചറിയേണ്ടത് ഇത് മാത്രമാണ്. 'ഇരുട്ടിലകപ്പെടുത്തി ഇല്ലാതാക്കുന്നത്' വാസ്തവികതയുടെ വെളിച്ചത്തെ. 'ഊരാക്കുടുക്കിൽപ്പെടുത്തി ഊതിക്കെടുത്താനൊരുങ്ങുന്നത്' ജീവന്റെ നാളത്തെ. 'ഇരുട്ടിന്റെ കെണിയിൽപ്പെടുത്തി കെടുത്തിക്കളയാൻ' പാടുപെടുന്നത് കവിതയുടെ ആത്മാവിനെ. തമസ്കരണം ഒരാരാച്ചാർപ്പണിയാകുന്നത് ഇപ്രകാരമാണ്:

"കൊലയറയിലായാലും-
കളരിമുറ്റത്തായാലും
പണി ഒന്നുതന്നെ
തൊണ്ട മുഴയിൽ തൊടുത്ത്
പ്രാണനെ പടികടത്തുക.
പാപത്തറകളിലായാലും
പാതകപ്പുരകളിലായാലും
പണി അതുതന്നെ-
വാസ്തവികതയുടെ വെളിച്ചത്തെ
ഇരുട്ടിലകപ്പെടുത്തി ഇല്ലാതാക്കുക.
ആരും തിരിച്ചറിയാതിരിക്കരുത്
തമസ്കരണം
ഒരു
ആരാച്ചാർപ്പണിയാണ്"

(തമസ്കരണം ഒരു ആരാച്ചാർ പണിയാണ്...)

'ജീവിതവർത്തമാനങ്ങൾ' അവസാനിക്കും മുമ്പ് കവി ഇത് കൂടി പറയുന്നു.

കുഞ്ഞപ്പ പട്ടാന്നൂർ:

ഒരു ഓർമ്മയെക്കുറിച്ചാണ്. ഈയിടെയായി നിരന്തരം മനസ്സിനെ haunt ചെയ്യുന്ന ഓർമ്മയെക്കുറിച്ച് (പണ്ട് ബ്രണ്ണൻ കോളേജിൽ ഇംഗ്ലീഷ് ഭാഷയും സാഹിത്യവും ഐച്ഛികവിഷയമായെടുത്ത വിദ്യാർത്ഥി മനസ്സിൽ നിന്നും പൊന്തി വരുന്ന ഓർമ്മ!)

ഡെന്മാർക്കിലെ രാജാവ് തന്റെ പൂന്തോട്ടത്തിൽവെച്ച് സർപ്പദംശനമേറ്റ് മരണപ്പെടുന്നു. അഥവാ അങ്ങനെയാണ് ആ മരണവാർത്ത പ്രചരിക്കപ്പെട്ടത്. പക്ഷേ, അതൊരു നുണയായിരുന്നു. നേര് മറ്റൊന്നായിരുന്നു. അധികാരത്തിന്റെ ആർത്തിപൂണ്ട് സ്വന്തം സഹോദരൻ രാജാവിനെ ഗൂഢമായി വധിച്ചതാണ്. ഇന്നിപ്പോൾ അയാൾ രാജാവായിരിക്കുന്നു.

താൻ മരണപ്പെട്ടത് എങ്ങനെയെന്ന ദാരുണമായ നേര് പ്രിയപുത്രൻ

ഹാംലെറ്റിനോട് വെളിപ്പെടുത്തുവാൻ രാജാവ് ഇരുണ്ട രാത്രിയാമത്തിൽ പ്രേതമായി പ്രത്യക്ഷപ്പെടുന്നു, എന്നിട്ടിപ്രകാരം മൊഴിയുന്നു: 'വിഷദംശനത്താൽ നിന്റെ പിതാവിന്റെ ജീവനെടുത്ത ആ സർപ്പം ഇപ്പോൾ രാജകിരീടം ധരിക്കുന്നവനാണ്'. (The serpent that did sting thy father's life now wears his crown).

ഈ വിഷദംശനകഥ കവിതയെക്കുറിച്ചുള്ള ഈ വർത്തമാനത്തിൽ എന്റെ മനസ്സിലേക്ക് തിരയടിച്ചെത്തുവാൻ കാര്യമെന്താണ്, കാരണമെന്താണ്?

എന്റെ കവിതയും കാവ്യജീവിതവും വിഷദംശനമേറ്റ ഒരനുഭവത്തിലൂടെ കടന്നുവന്നിട്ടുണ്ട്; ഇപ്പോഴും ആ വിഷദംശനത്തിന്റെ പൊള്ളുന്ന പീഡകൾ ഞാനറിയുന്നുണ്ട്. കൊടുംവനങ്ങളിലും ചതുപ്പുഭൂമികളിലും കടലോരത്തരിശുകളിലും മറ്റുമാണ് വിഷജനുസ്സുകളായ പാമ്പുകൾ ഇരകൾക്കായി കാത്തിരിക്കുന്നത് എന്നൊക്കെ ഞാൻ സങ്കല്പിക്കാറുണ്ടായിരുന്നു. വീട്ടുവളപ്പിലും വഴിയോരപ്പൊന്തകളിലും തോട്ടുവക്കത്തെ നീർനിലങ്ങളിലുമെല്ലാം കുട്ടിക്കാലം മുതൽ കണ്ടുപരിചയിച്ചവർ ചേരകളും നീർക്കോലികളും പച്ചിലപ്പാമ്പുകളും മാത്രം – പാവം പാവം പാമ്പുകൾ! എന്റെ ചങ്ങാതിപ്പാമ്പുകൾ!....

എന്നാൽ, എന്റെ ചങ്ങാതിപ്പാമ്പുകൾക്കും വിഷദംശനശേഷിയുണ്ടെന്ന അമ്ലസമാനമായ അറിവെനിക്കുണ്ടായത് ഈയടുത്ത കാലത്താണ്. ഈ അറിവ് എന്റെ കവിതാജീവിതത്തിന്റെ ധമനിയിലെ ഒരു മുറിവായി ശേഷിക്കുന്നു.

വിഷം തീണ്ടിയ അവസ്ഥയിലും എന്റെ കവിതയ്ക്ക് അതിജീവിക്കാനാവുന്നുണ്ട് എന്നത് മറ്റൊരു കാര്യം. എന്നെ അത് അത്ഭുതപ്പെടുത്തുന്ന കാര്യമാണ്! വീഴുന്ന നേരവും നെഞ്ചിടിപ്പിൽ കൊടിമരം പേറിയ രക്തസാക്ഷികളെക്കുറിച്ചുള്ള കവിതയെ വിഷം തീണ്ടാവുന്നതെങ്ങനെ? ഇക്കൊടും വർത്തമാനത്തിന് സാക്ഷിയായി നില്ക്കുന്ന അമ്മയെക്കുറിക്കുന്ന കവിത വിഷദംശനത്തിന് വിധേയമാകുന്നതെങ്ങനെ? ചോര വിയർക്കുന്ന മക്കൾ പേർചൊല്ലി വിളിക്കുമ്പോൾ കുളിർകാറ്റായി വീശിയെത്തുന്ന എ കെ ജി യെക്കുറിച്ചുള്ള കവിതയെ വിഷജന്തുക്കൾക്ക് തോല്പിക്കാനാവുന്നതെങ്ങനെ?

എം പി ബാലറാം:

"നിലവിളികൾക്കു മറുവിളികളായ്
പാടിയ പാട്ടുകൾ
പലവഴികളിൽ പല കുറി പാടിയ
പൊറുതികേടിന്റെ പാട്ടുകൾ
പാതിരാക്കനൽ വഴികളിൽ
ചൂട്ടുകത്തിച്ച പാട്ടുകൾ

ഞാനുണർത്തിയ
നേരിന്റെ പാട്ടുകൾ!
ആരു കൊന്നെന്റെ
നേരിന്റെ പാട്ടുകൾ?
ആരു കൊന്നെന്റെ
നെഞ്ചിലെ പാട്ടുകൾ?"

('ആരുകൊന്നെന്റെ നെഞ്ചിലെ പാട്ടുകൾ?')

കുഞ്ഞപ്പ പട്ടാന്നൂർ എന്ന കവിയുടെ ആത്മഭാഷണങ്ങളായല്ല, ആത്മവിചാരണയെ നേരിടാൻ നിർബ്ബന്ധിക്കപ്പെടുന്ന കേരളീയ ഇടതുപക്ഷ സമൂഹമനസ്സിൽ (അങ്ങനെയൊന്നുണ്ടെങ്കിൽ) സമീപഭാവിയിൽ തിരിച്ചറിവുണ്ടായി, നെഞ്ച് തകർന്ന് അത് സ്വയം ചോദിക്കാനിടയുള്ള ചോദ്യങ്ങളായാണ്, എനിക്ക് ഇന്നീ വരികളെ വായിക്കാൻ കഴിയുന്നത്. കവിക്ക് നന്ദി!

കുഞ്ഞപ്പ പട്ടാന്നൂർ:

നമ്മെ ഇങ്ങനെയൊരു സംഭാഷണ മുഹൂർത്തത്തിലേക്കെത്തിച്ച 'നേരിന്റെ നേരമല്ലാത്ത' നമ്മുടെ കാലത്തിന് നന്ദി!

www.ingramcontent.com/pod-product-compliance
Lightning Source LLC
LaVergne TN
LVHW100259051026
849517LV00006B/2145